ഗ്രീൻ ബുക്സ്
തുറക്കാത്ത ജനലുകൾ
വാസന്തി

കഥാകൃത്ത്, നോവലിസ്റ്റ്, സാമൂഹിക പ്രവർത്തക. 1941ൽ ജനനം. മൈസൂർ യൂണിവേഴ്സിറ്റിയിൽനിന്ന് ബിരുദം. പതിനഞ്ച് നീണ്ട കഥകളും ഇരുന്നൂറോളം ചെറുകഥകളും സാമൂഹ്യശാസ്ത്രം, നാടകവേദി തുടങ്ങിയ വിഷയങ്ങളെ ക്കുറിച്ചുള്ള ലേഖനങ്ങളും എഴുതിയിട്ടുണ്ട്. ഇന്ത്യാടുഡേയുടെ അസോസിയേറ്റ് എഡിറ്ററായിരുന്നു. ഇപ്പോൾ ഡൽഹിയിൽ സാംസ്കാരിക സാമൂഹികരംഗങ്ങളിൽ പ്രവർത്തിക്കുന്നു.

വിലാസം: 440, Ist Floor, 18th Main Road, 6th Block, Koramangala, Bangalore-560 095

നോവൽ

തുറക്കാത്ത ജനലുകൾ

വാസന്തി

വിവർത്തനം:
ബി. ശ്രീരാജ്

ഗ്രീൻ ബുക്സ്

green books private limited
gb building, civil lane road, ayyanthole,
thrissur- 680 003, kerala, ph: +91 487-2381066, 2381039
website: www.greenbooksindia.com
e-mail: info@greenbooksindia.com

malayalam
thurakkaatha janalukal
novel
by
vaasanthi

translated by
b. sreeraj

first published october 2011
copyright reserved

cover design : rajesh chalode

branches:
thrissur 0487-2422515
thiruvananthapuram 0471-2335301
calicut 0495 4854662
ernakulam 8589095302

isbn : 978-93-80884-52-3

no part of this publication may be reproduced,
or transmitted in any form or by any means,
without prior written permission of the publisher.

GBPL/402/2011

മുഖക്കുറി

തുറക്കപ്പെടാത്ത ജനലുകൾ പുരുഷകേന്ദ്രിതവും നൃശംസനീയവും ഏകപക്ഷീയവുമായ ഒരു ലോക ത്തിന്റെ അർത്ഥപൂർണമായ ഇമേജറിയാണ്. പുരു ഷലോകം ദുഃസ്വാതന്ത്ര്യത്തിന്റേതായ ഒരു ലോകം കൂടിയാണ്. അന്നും ഇന്നും അവിടെ സ്ത്രീജീവിതം ഇരുളിലാണ്ടു കിടക്കുകയാണ്. പുരുഷന് താൻ നിശ്ചയിക്കുന്ന വഴികളിലൂടെ മാത്രമേ സ്ത്രീ സഞ്ചരി ക്കാവൂ എന്ന ശാഠ്യമുണ്ട്. എന്നാൽ സ്ത്രീക്കാകട്ടെ ഇങ്ങനെ ഒരു ആശയം സ്വപ്നം പോലും കാണാനാ വില്ല. വൈരുദ്ധ്യാത്മകമായ ഒരു ലോകത്താണ് തന്റെ ജനലുകൾ തുറന്നിട്ടുകൊണ്ട് വാസന്തി കലഹിക്കു ന്നത്. വിപ്ലവാത്മകമായ ഒരു ഉള്ളടക്കത്തിലൂടെ ഈ നോവൽ ഒരു വ്യവസ്ഥിതിയുടെ ഇരുളടഞ്ഞ കാലത്തെയാണ് തുറന്നുകാട്ടുന്നത്. പ്രതീക്ഷയുടെ, സ്വാതന്ത്ര്യത്തിന്റെ, അരുണോദയത്തിലേക്കാണ് ഈ നോവലിന്റെ പരിസമാപ്തി.

കൃഷ്ണദാസ്
മാനേജിങ് എഡിറ്റർ

ഒന്ന്

സരോജിനി തല പൊക്കി ചുറ്റും നോക്കി. ആകാശം ഇപ്പോഴും വെള്ള കലർന്ന നീലനിറത്തിൽതന്നെ. ഇനി പത്തിരുപതു മിനിറ്റിനകം ആകാശം ഇരുട്ടു പുതയ്ക്കുമെന്ന് വാച്ച് ഓർമ്മിപ്പിച്ചു. കുറച്ചു സമയത്തിനുള്ളിൽ ഈ ചാരുകസേര അകത്തേക്ക് എടുത്തു കൊണ്ടുപോയില്ലെങ്കിൽ പക്ഷികളുടെ കാഷ്ഠം ദേഹത്തു വീഴും.

പക്ഷികളുടെ ശബ്ദം തുടങ്ങി. ആകാശത്ത് കൂട്ടമായി നീങ്ങുന്നു. പച്ച, വെള്ള, കറുപ്പ്... ഒന്നോട് ഒന്നു കലരാതെ ഓരോ കൂട്ടമായി...

സരോജിനി മുകളിലേക്കു നോക്കി. ഈ പക്ഷികൾക്കും തനിക്കും തമ്മിൽ എന്തോ ബന്ധമുണ്ടെന്നു തോന്നി. എത്ര വർഷമായി ഈ പക്ഷിക്കൂട്ടത്തെ ശ്രദ്ധിച്ചുകൊണ്ടിരിക്കുന്നു. വൈകുന്നേരം സമയം പോകാൻ ഇതാണ് ഉപായം.

ഇന്നു മനസ്സ് നിർമ്മലമായിരുന്നു. വീണ്ടും മുകളിലേക്കു നോക്കുമ്പോൾ ചുണ്ടുകളിൽ സാധാരണ തോന്നാറുള്ള പാരവശ്യം വിടരുന്നു. എത്ര തമാശ കലർന്ന മാനസികാവസ്ഥയാണിത്! മനസ്സു തുടിക്കുന്നപോലെ... ഇരുന്ന പ്പോൾ പുതിയ വിശേഷങ്ങൾക്കായി മനസ്സു വെപ്രാളപ്പെട്ടില്ല. ഉറക്കവും വന്നില്ല. ഏതോ കാര്യം സാധിച്ച സംതൃപ്തിയായിരുന്നു. ഏതിലോ വിജ യിച്ച സന്തോഷം.

അവൾ വീണ്ടും ആകാശത്തേക്കു നോക്കി. ചിരി വന്നു. എന്റെ ഓർമ്മ കളെല്ലാം എന്റെ ഉള്ളിലുള്ളത്... അതെനിക്കു മാത്രം അറിയാനുള്ളത്.

മനസ്സിന്റെ ജനലുകൾ ആർക്കും തുറക്കാനാവില്ല. അതു തുറക്കില്ല. തുറ ക്കേണ്ട ആവശ്യവുമില്ല.

"അമ്മേ, ഇരുട്ടായി. ഇനി വരാന്തയിലേക്കു വന്നിരിക്കാം."

മുരുകൈയന്റെ ശബ്ദം കേട്ടപ്പോഴാണ് സരോജിനിക്കു പരിസരബോധം വന്നത്.

അയ്യോ! ഇരുട്ടായത് ശ്രദ്ധിച്ചതേയില്ല.

അവൾ എഴുന്നേറ്റ് തോട്ടത്തിലെ പുൽത്തറ കടന്ന് വരാന്തയിലേക്കു കേറി വീണ്ടും കസേരയിൽ ഇരുന്നു. ഇപ്പോൾ എന്തോർക്കുമ്പോഴും ചിരി യാണ് വരുന്നത്; ജ്ഞാനികളെ പോലെ.

ഞാൻ ജ്ഞാനിയാണോ?

എവിടെയാണെങ്കിലും അതാണ് ലോകമെന്നോർത്തു സമാധാനിക്കും. താനാണ് ദൈവമെന്ന് മുമ്പു പറയാറില്ലേ.

അവൾക്കു വീണ്ടും ചിരി വന്നു...

"അമ്മാ..."

മുരുകൈയൻ മുമ്പിൽ നിൽക്കുന്നു.

"കൊച്ചമ്മയും സാറും അരുണയും വരാൻ ഇനിയും വൈകിയേക്കും. വന്നാലും വല്ലതും കഴിക്കുമോ എന്തോ. മനസ്സു ശരിയല്ലെങ്കിൽ അവരു നേരെ കെടക്കാൻ പോകും. അമ്മ ഏതായാലും എന്തെങ്കിലും കഴിക്ക്."

"എന്ത് ഇന്ന് ഉണ്ടാക്കിയിരിക്കണത്."

"ഇഡ്‌ലിയും ചട്ട്ണിയും."

"ശരി ദേ വരുന്നൂ..."

അവൾ എഴുന്നേറ്റു. നടത്തത്തിന് ഇനിയും തളർച്ചയൊന്നുമില്ല. കാഴ്ചയും മങ്ങിയിട്ടില്ല. ചെറുപ്രായത്തില് കഷ്ടപ്പെട്ട് പണിയെടുത്തിരുന്നതു കൊണ്ട് ശരീരത്തിന് ആരോഗ്യം ഈ എഴുപത്തഞ്ചാം വയസ്സിലുമുണ്ട്. അതുകൊണ്ട് വൈദ്യന്മാർക്ക് ചുമ്മാ കാശു കൊടുക്കേണ്ടി വന്നിട്ടില്ല. ചക്കുമാട്...!

മുരുകൈയൻ മൃദുവായ രണ്ട് ഇഡ്ഡലി വെള്ളിത്തട്ടിൽ കൊണ്ടുവന്നു വച്ചു. തൈരും കൊണ്ടുവന്നിട്ട് കഴിക്ക് എന്നു പറഞ്ഞവൻ സ്നേഹപൂർവം ഉപചരിച്ചു.

അന്ന് ചക്കുമാടിനെപ്പോലെ ഇരുന്നതുകൊണ്ടാണ് ശരീരം ഇപ്പോഴും കുഴപ്പമില്ലാതിരിക്കുന്നത്.

അവൾ ഉള്ളിൽ ചിരിച്ചു.

ഈ മാടിനെപ്പറ്റി ആർക്കും അറിയില്ല.

എങ്ങനെ അറിയാൻ... അതാണ് എന്റെ അന്തരംഗം.

ഇഡ്ഡലി കഴിച്ചിട്ട് അവൾ സ്വീകരണമുറിയിലെ സോഫയിൽ വന്നിരുന്നു. സമയം ഒമ്പതായി. ഇനിയും കാർത്തികേയനും അവന്റെ ഭാര്യ നളിയിനും ചെറുമകൾ അരുണയും വന്നിട്ടില്ല. ടി.വിയിൽ ഒരു ഹിന്ദിനാടകം ഓടിക്കൊണ്ടിരുന്നു. ഭാഷ ഒന്നും മനസ്സിലായില്ലെങ്കിലും നടീനടന്മാരുടെ മുഖം കാണാൻ നല്ല ഭംഗിയുണ്ട്. അതുകൊണ്ട് അതു നോക്കിക്കൊണ്ടിരുന്നു.

തറയിൽ ഇരുന്ന് ടി.വി. കണ്ടുകൊണ്ടിരുന്ന മുരുകൈയൻ പെട്ടെന്ന് 'അവരു വന്നു' എന്നു പറഞ്ഞ് ചാടിയെഴുന്നേറ്റു.

"ടി.വി. ഓഫാക്കട്ടെ..."

ഓഫാക്കാൻ സരോജിനി പറഞ്ഞു. അവന്റെ പെരുമാറ്റം വളരെ അവ സരോചിതമെന്നു തോന്നി. അവൻ മുൻപിലേക്കു ചെന്നു കതകു തുറന്ന ഉടനെ മൂന്നു പേരും അകത്തു കടന്നു. കാർത്തികേയന്റെ മുഖത്തിന് ഒരിറുക്കം തോന്നിച്ചു. നളിനി ആകെ ദുഃഖിച്ചിരിക്കുന്നു. അടുത്ത നിമിഷം അവൾ കരഞ്ഞേക്കും. ഒന്നും സംഭവിക്കാത്തപോലെ അരുണ അല്പം ആഹ്ലാദത്തോടെ സരോജിനിയുടെ അടുത്തുവന്ന് തോളിൽ കൈവച്ചു.

"എല്ലാം കഴിഞ്ഞു മുത്തശ്ശി; കേസിൽ ജയിച്ചു. ഇനി ഞാൻ സ്വതന്ത്ര യായ സ്ത്രീയാണ്."

സരോജിനി, അരുണയുടെ കൈകൾ വാത്സല്യത്തോടെ തടവി. അവ ളുടെ ചുണ്ടിൽ സന്തോഷമുണ്ടായിരുന്നെങ്കിലും കണ്ണിൽ തോൽവി നിഴലി ച്ചതുപോലെ കണ്ടു.

സ്വയം സമാധാനിക്കുക എന്നു വിചാരിച്ചുകൊണ്ട് സരോജിനി അവ ളോടു പറഞ്ഞു.

"പോയി എന്തെങ്കിലും കഴിക്ക്, മുഖമൊക്കെ ആകെ വാടിയിരിക്കുന്നു."

"മുഖത്തിന്റെ വാട്ടം വിശപ്പുകൊണ്ടൊന്നുമല്ല..."

അതുകേട്ട് നളിനി പരിഭവത്തോടെ പറഞ്ഞു.

"ആരു പറഞ്ഞു. എനിക്കു വെശന്നിട്ടാ... മുരുകൈയാ... എന്താ ഇരിക്ക ണതെന്നുവെച്ചാ അതെല്ലാം കൊണ്ടുവാ."

അരുണ ഡൈനിംഗ് ടേബിളിനടുത്തേക്കു നീങ്ങി. മുരുകൈയൻ വേഗ ത്തിൽ പലഹാരം കൊണ്ടുവന്നു വയ്ക്കുന്നതിനിടയിൽ 'പെരിയമ്മ കഴിച്ചു' എന്നു പറഞ്ഞു.

"അമ്മ... നിങ്ങളു രണ്ടുപേരും കഴിക്കാൻ വരണില്ലേ..."

അരുണ ഉറക്കെ ചോദിച്ചു.

"എനിക്കു വിശപ്പില്ല" കാർത്തികേയൻ ന്യൂസ്പേപ്പർ തുറന്നു നോക്കു ന്നതിനിടെ പറഞ്ഞു.

"എനിക്കും വിശപ്പില്ല" എന്നു പറഞ്ഞ് നളിനി പെട്ടെന്ന് പടിക്കെട്ടു കയറി മുകളിലേക്കു പോയി.

അരുണ അതു ശ്രദ്ധിച്ചുകൊണ്ട് ദേഷ്യത്തോടെ അച്ഛന്റെ അടുത്തേക്കു വന്നു.

"ഇതിനെന്താ അർത്ഥം?"

"ഏതിന്?"

“വീട്ടില് ഏതോ മരണം നടന്നതുപോലെ മുഖം വീർപ്പിച്ചിരുന്നിട്ട് ഇപ്പോൾ വിശപ്പില്ലെന്നു പറയുന്നത്.”

“അതിനു വേറെ വിപരീത അർത്ഥമൊന്നുമില്ലടീ” എന്നു പറഞ്ഞ് കാർത്തികേയൻ അവളുടെ മുഖത്തേക്കു നോക്കി.

“ഞങ്ങടെ മനസ്സ് ഇന്നു സന്തോഷത്തോടെ ഇരിക്കുമെന്ന് നീ വിചാരിച്ചോ...”

“ഇരിക്കാൻ പാടില്ലാത്തതെന്താ... കേസ് ജയിക്കാതെ, ഡൈവോഴ്സ് കിട്ടാതെ പോയിരുന്നെങ്കിൽ നിങ്ങളു രണ്ടാളും വിഷമിക്കണെതിൽ അർത്ഥമുണ്ട്.”

“അതു സത്യം... എന്താ നിനക്കൊരു നല്ല ജീവിതം വേണമെന്ന് ആഗ്രഹിച്ച് ഞങ്ങൾ നടത്തിത്തന്ന വിവാഹബന്ധം ഇപ്പോൾ ഇങ്ങനെ വേർപിരിയുമ്പോൾ വിഷമം തോന്നില്ലേ...”

അരുണ ചിരിച്ചു.

“അച്ഛൻ പറയണതൊക്കെ ശരിതന്നെ. ഈ ബന്ധം ഒഴിഞ്ഞാലെ എനിക്കു സ്വസ്ഥത കിട്ടൂവെന്ന് കഴിഞ്ഞ ഒരു വർഷമായി അച്ഛനറിയാം. അതിനുവേണ്ടി എത്ര ശ്രമിച്ചു. ഒടുവിൽ വിചാരിച്ചതുപോലെ എന്റെ ഭാഗം വിജയിച്ചപ്പോൾ സാമാധാനമായില്ലെന്നു പറഞ്ഞാ... നിങ്ങളു രണ്ടുപേരും വല്ലാത്ത കാപട്യക്കാരുതന്നെ...”

“നീ എന്തു വേണമെങ്കിലും വിചാരിച്ചോ...” എന്നു മെല്ലെ പറഞ്ഞുകൊണ്ട് കാർത്തികേയൻ കൈയിലിരുന്ന പേപ്പറിലെ എന്തോ നോക്കുന്നപോലെ മുഖം താഴ്ത്തി. പിന്നെ ആത്മഗതം പോലെ പറഞ്ഞു.

“എന്തിലോ തോറ്റു പോയതുപോലെയാണ് തോന്നുന്നത്... ഒരു കരാർ പരാജയപ്പെട്ടതുപോലെ...”

“അങ്ങനെയെങ്കിൽ അച്ഛൻ കാപട്യക്കാരൻ തന്നെ.”

അരുണയുടെ ശബ്ദം ഉയർന്നു.

“ഈ കേസു മൂലം കുടുംബത്തിന്റെ അന്തസ്സു പോയീന്നാണോ വിചാരിക്കുന്നത്... ആരുടെയോ മുമ്പിൽ തല കുനിച്ച പോലയോ... ആ പോക്കിരി കാണിച്ച തോന്ന്യവാസങ്ങളെല്ലാം ഞാൻ മിണ്ടാതിരുന്ന് അനുഭവിച്ചിരുന്നെങ്കിൽ നിങ്ങൾക്ക് അന്തസ്സ് ഉണ്ടാവുമായിരിക്കും. നമ്മടെ വീട്ടിലെ കാര്യങ്ങളെ പുറത്താരും അറിയരുതുതന്നെയായിരുന്നെങ്കിൽ... ഒടുക്കം ഞാൻ ആത്മഹത്യയ്ക്കു ശ്രമിച്ചെങ്കിൽ നിങ്ങൾക്കു തലയുയർത്തി നടക്കാൻ പറ്റുമോ?”

“ഓ... കമാൺ അരുണാ...” എന്നു പറഞ്ഞ് കാർത്തികേയൻ അസഹ്യതയോടെ എഴുന്നേറ്റ് അടുത്തു ചെന്ന് അവളെ കെട്ടിപ്പിടിച്ചുകൊണ്ടു പറഞ്ഞു.

"ഈ കേസിന് ഞാനാണ് ആദ്യം മുന്നിട്ടിറങ്ങിയതെന്ന് നിനക്കറിയാലോ..."

"ഞാൻ കടുംപിടുത്തം പിടിച്ചതുകൊണ്ട് നിങ്ങൾക്കു വേറെ വഴിയില്ലാതെ പോയി. എന്നിട്ട് ഇപ്പം കുടുംബത്തിന്റെ അന്തസ്സുപോയീന്നു പറഞ്ഞ് അച്ഛനും അമ്മയും ദുഃഖിക്കുന്നു. ആണുങ്ങള് എന്തക്രമം കാണിച്ചാലും മിണ്ടാതിരിക്കണ പാരമ്പര്യമാ നിങ്ങളുടേത്. ഞാൻ ഇപ്പോൾ മുത്തശ്ശിയെ പോലെ ഇരുന്നെങ്കിൽ എല്ലാവർക്കും സന്തോഷമായേനേ..."

"അരുണ... പ്ലീസ്..." കാർത്തികേയൻ അവളെ ആശ്വസിപ്പിക്കാൻ ശ്രമിച്ചു.

"മുത്തശ്ശി മിണ്ടാതിരുന്നത് എല്ലാവർക്കും അന്തസ്സ്... മുത്തശ്ശി 'ഈശ്വര ജന്മ'മാണ്. സത്യത്തിൽ മുത്തശ്ശി വെറും കല്ലുപോലെയാ ജീവിച്ചതെന്ന് എത്ര പേര് മനസ്സിലാക്കിയിട്ടുണ്ട്."

അരുണ പറഞ്ഞു.

'മതി, ഇന്നിതു മതി' എന്ന ചിന്തയോടെ സരോജിനി എഴുന്നേറ്റ് 'ഞാനെന്റെ മുറിയിലേക്കു പോണൂ' എന്നു പറഞ്ഞ് ഡൈനിംഗ് റൂമിനപ്പുറമുള്ള തന്റെ മുറിയിലേക്കു നടന്നു.

"നിന്നോടാരാ ഇപ്പം മുത്തശ്ശിയുടെ കാര്യമെല്ലാം ഇവിടെ എഴുന്നള്ളിക്കാൻ പറഞ്ഞത്" എന്നു കാർത്തികേയൻ ദേഷ്യത്തോടെ ചോദിച്ചു.

"എഴുന്നള്ളിക്കാതെ എന്തു ചെയ്യാൻ പറ്റും. മുത്തശ്ശിയെപ്പോലുള്ള ഉദാഹരണങ്ങളാണ് നിങ്ങളൊക്കെ മനസ്സിൽ കൊണ്ടു നടക്കണത്."

"നോൺസൻസ്... ഞാൻ ഇപ്പം നിന്നോടൊപ്പം എന്തെങ്കിലും കഴിച്ചാൽ നിനക്കു സമാധാനമാകുമോ."

"ഒരളവ്"

"ഓകെ... റൈറ്റ്! വാ എന്തെങ്കിലും കഴിക്കാം."

മുത്തശ്ശിയുടെ ഉദാഹരണം!

അതോർത്തപ്പോൾ സരോജിനിക്കു ചിരി വന്നു. തുറന്നു കിടക്കുന്ന ജനലിലൂടെ നക്ഷത്രങ്ങളെ നോക്കി ഉറങ്ങാതെ കിടക്കുമ്പോൾ അരുണ അടുത്തേക്കു വന്നു. അവളെ കണ്ട് സന്തോഷത്തോടെ സരോജിനി കൈ നീട്ടി 'വാ' എന്നു വിളിച്ചു.

അരുണ വാത്സല്യത്തോടെ മുത്തശ്ശിയുടെ കൈയിൽ പിടിച്ചുകൊണ്ടു ചോദിച്ചു.

"കഴിഞ്ഞു പോയതിനെപ്പറ്റിയൊക്കെ മുത്തശ്ശിക്കു വിഷമമുണ്ടോ..."

"ഇല്ല കണ്ണാ.... എന്നെക്കൊണ്ട് ചെയ്യാൻ പറ്റാത്തത് നീ ചെയ്തപ്പോൾ വലിയ സന്തോഷം തോന്നി."

അതുകേട്ട് അരുണ ചിരിച്ചുകൊണ്ട് മുത്തശ്ശിയുടെ കവിളിൽ ഉമ്മ വച്ചു.

"മുത്തശ്ശിയാണ് എന്നെ ശരിക്കും മനസ്സിലാക്കിയിട്ടുള്ളതെന്നറിയാം... അമ്മയ്ക്ക് നാട്ടുകാരെപ്പറ്റിയാണ് വേദന..."

"ഓ... നാട്ടുകാർ... അതു മുട്ടാളൻമാരുടെ ലോകം. അതെല്ലാം നോക്കിക്കൊണ്ടിരിക്കാൻ ഒരു പ്രത്യേക സാമർത്ഥ്യം വേണം കണ്ണൂ...."

അരുണ ചിരിച്ചു.

"ആ സാമർത്ഥ്യത്തെപ്പറ്റി ഇപ്പഴാണ് മുത്തശ്ശിക്കു മനസ്സിലായതല്ലേ... ചെറുമകൾ ഇങ്ങനെ നിന്നപ്പോൾ..."

സരോജിനി മറുപടി പറഞ്ഞില്ല. അതിനെപ്പറ്റി വിവാദം ആവശ്യമില്ലെന്നു തോന്നി.

രണ്ട്

എല്ലാവരും കുറ്റപ്പെടുത്തുന്ന ഒരു കുട്ടിക്കുണ്ടാവുന്ന സഹതാപം കലർന്ന വാത്സല്യം അരുണയുടെ നോട്ടത്തിൽ തെളിഞ്ഞു.

എല്ലാവരും കൂടി എന്തിനാ ഈ കുട്ടിയെ വേദനിപ്പിക്കുന്നതെന്ന് സരോജിനിക്കു തോന്നി.

"ഒരു ദിവസം മുത്തശ്ശി, മുത്തശ്ശിയുടെ കഥയെല്ലാം എന്നോട് ആദ്യം മുതൽ അവസാനം വരെ പറയണം."

സരോജിനി ചിരിച്ചു.

"എന്റെ കഥയിലൊന്നും ഒരു കഴമ്പുമില്ല. നീ പറഞ്ഞതുപോലെ മറ്റുള്ളവർക്ക് ഒരു ശല്യവുമുണ്ടാക്കാതെ വാ തുറന്നു സംസാരിക്കാൻ പോലും കഴിയാതെ കഴിഞ്ഞ എന്റെ ജീവിതത്തിന് എന്തു കഥയാണുള്ളത്."

അരുണ സരോജിനിയുടെ തോളത്തു മെല്ലെ തലോടി.

"മറ്റുള്ളവരോട് പറയാത്ത കഥ തീർച്ചയായും ഉണ്ടാകും. അതെല്ലാം മുത്തശ്ശി മനസ്സിൽ ഒളിപ്പിച്ചുവച്ചിരിക്കുകയാണോ."

സരോജിനി അതുകേട്ട് അസ്വസ്ഥതപ്പെട്ടെങ്കിലും പിന്നെ സ്വയം സമാധാനിച്ചുകൊണ്ട് ചിരിച്ചു.

"ചുമ്മാ എന്നെ ഇട്ടു കളിപ്പിക്കാതെ... ഞാൻ എഴുത്തും വായനയും അറിയാത്തവൾ. ഒന്നിനെപ്പറ്റിയും ദീർഘാലോചന നടത്തുന്ന ശീലവുമില്ല. മുതിർന്നവർ ഇങ്ങനെ നടക്കണമെന്നു പറയും ആ രീതിയിൽ നടന്നു... അതല്ലാതെ എന്താ എന്റെ കഥയിൽ?"

അരുണ അതുകേട്ട് കുറച്ചുനേരം നിശ്ശബ്ദയായിരുന്നു. പിന്നെ എന്തോ ആലോചിച്ചപോലെ ചോദിച്ചു.

"ഒരു കാര്യം പറയ്... മുത്തശ്ശി ഇപ്പം എന്റെ പ്രായത്തിലായിരുന്നെങ്കിൽ ഭർത്താവുമായുള്ള ബന്ധം ഇതുപോലെ ഉപേക്ഷിക്കുമായിരുന്നോ."

ആ ചോദ്യം ഒരു സൂചി തറയ്ക്കുന്നതുപോലെ സരോജിനിയെ നൊമ്പരപ്പെടുത്തി. മനസ്സിന്റെ ജാലകം അല്പം തുറന്നതുപോലെ. ഒരു പുരുഷന്റെ ആദ്യ ഭാര്യയായി തലകുനിച്ചു നിന്നവൾ...

"തീർച്ചയായും... ഞാനും നിന്നെപ്പോലെ ചെയ്തിരിക്കും കണ്ണാ..."

"താങ്ക്യു മുത്തശ്ശി... സത്യത്തിൽ എന്റെ യഥാർത്ഥ കൂട്ടുകാരി മുത്തശ്ശി യാണ്... അമ്മയ്ക്ക് ഈവക കാര്യങ്ങളൊന്നും അറിയില്ല..."

"എല്ലാത്തിനും സ്വന്തം അനുഭവങ്ങൾ വേണം."

"റൈറ്റ്..."

അരുണ ചിരിച്ചുകൊണ്ട് എഴുന്നേറ്റു.

ഇരുപത്തഞ്ചു വയസ്സേയുള്ളൂ ഈ കുട്ടിക്ക്. നല്ല സൗന്ദര്യവും ആവശ്യ ത്തിനു ബുദ്ധിയും - അതാണ് ആ സംശയക്കാരൻ ഭർത്താവിനു പറ്റാത്തത്. അവളുടെ ചിരി കാണുമ്പോൾ മനസ്സിലുണ്ടാകുന്ന ആഹ്ലാദം പറഞ്ഞറിയി ക്കാൻ പറ്റില്ല... പാവം...

"പഴയതെല്ലാം മറന്നേക്കൂ കണ്ണാ..." എന്ന് സരോജിനി ആശ്വസിപ്പിച്ചു.

"ഇന്നത്തോടെ എല്ലാം മറന്നു" എന്നു പറഞ്ഞ് അവൾ വീണ്ടും ചിരിച്ചു.

"അടുത്ത മാസം അമേരിക്കയ്ക്കു പോണം മുത്തശ്ശീ... പഠിക്കാൻ... ഇനി ജീവിതം പുതിയതായി തുടങ്ങണം..."

മുത്തശ്ശിയുടെ തോളിൽ തട്ടി ഗുഡ്നൈറ്റ് പറഞ്ഞ് കതകു ചാരി അരുണ പുറത്തേക്കു പോയി.

നാഡിഞരമ്പെല്ലാം ആരോ ഇളക്കി വിട്ടതുപോലെ സരോജിനിക്കു തോന്നി. ഉറക്കം വരുന്നുണ്ട്.

"ഭർത്താവുമായുള്ള ബന്ധം ഒഴിവാക്കുമായിരുന്നോ...?"

സരോജിനിയുടെ നെറ്റിയും ഉള്ളംകൈയും വിയർത്തു. ജനലിലൂടെ അവർ ഇരുണ്ട വാനത്തെ നോക്കി കിടന്നു. ഞാൻ പറഞ്ഞ മറുപടി നളിനിയും കാർത്തികേയനും കേട്ടിരിക്കുമോ? അരുണയുടെ സമാധാനത്തി നായിട്ടാണ് അതു പറഞ്ഞതെന്നു വിചാരിക്കണ്ട. അതാണ് സത്യം എന്നറി യണം. പഠിപ്പ് എന്തെല്ലാം വ്യത്യാസമാണ് ഉണ്ടാക്കുന്നത്. എന്റെ പ്രശ്ന ങ്ങൾക്കെല്ലാം കാരണം അന്നത്തെ സാഹചര്യങ്ങളായിരുന്നു. ആ അവസ്ഥ യ്ക്കനുസരിച്ചു വേണമായിരുന്നു ഞാൻ ജീവിക്കാൻ. അതു ശരിയോ തെറ്റോ? എന്നാലും അന്നത്തെ എന്റെ ബുദ്ധിക്കു പറ്റുന്ന രീതിയിൽ എതിർപ്പു കാണിച്ചു. പക്ഷേ, ഞാൻ കാണിച്ച എതിർപ്പ് ലോകത്തിനറി യില്ല.

ഇന്നും അതിനെപ്പറ്റി ഒരു കുറ്റബോധവുമില്ല... നാണക്കേടുമില്ല... മറിച്ച് ചിരിക്കാനാണ് തോന്നുന്നത്... ഈ ഭ്രാന്തു പിടിച്ച ലോകത്തെപ്പറ്റി ആലോ ചിച്ച്.

സരോജിനി ആകാശത്തേക്കു തന്നെ നോക്കി കിടക്കുകയായിരുന്നു.

മനസ്സിന്റെ ജാലകം അല്പം തുറന്നു...

അറുപതു വർഷം മുമ്പ് ഒരു താഴമ്പൂമൊട്ടായി നിന്ന സരോസിയെ കണ്ടു... മൂന്നാമതൊരാളെപ്പോലെ.

അത് ഒരു ബ്രഹ്മാണ്ഡമായ വീട്... നാലുകെട്ടിന്റെ വലിയ മാളിക. പന്ത്രണ്ടാം വയസ്സിൽ കല്യാണം കഴിഞ്ഞ് ആദ്യമായി ആ വീട്ടിൽ കാലെടുത്തു വച്ചപ്പോഴാണ് ആദ്യമായി പൂമുഖം കാണുന്നത്. കട്ടിയുള്ള മെത്ത ഇട്ടിട്ടുള്ള വലിയ കസേരകൾ. കൈപ്പിടിയിൽ സ്വർണ്ണം പൂശിയ രാജകീയമായ ഇരിപ്പിടങ്ങൾ. ചുമരിൽ വലിയ വലിയ നിലക്കണ്ണാടികൾ. എല്ലാം ആദ്യമായി കാണുകയായിരുന്നു.

“പെണ്ണുങ്ങൾ പൂമുഖത്തേക്കു പോകുന്ന ശീലം ഇവിടില്ല...” എന്ന അമ്മായിയമ്മയുടെ വാക്കുകൾ കേട്ടപ്പോൾ അതു ധിക്കരിക്കാൻ തോന്നിയില്ല. ഇതു മാത്രമല്ല വേറെയും പല നിയന്ത്രണങ്ങളും കഷ്ടപ്പാടുകളും അവിടുണ്ടായി. എന്നാൽ ഒന്നും ‘എന്താ ഇങ്ങനെ’ എന്നു ചോദിക്കാൻ പാടില്ല. ‘അതാണ് ഇവിടത്തെ ശീലം’. അതായിരുന്നു എല്ലാത്തിനും മറുപടി. സരോജിനി കണ്ണുകൾ വീണ്ടും തുറന്നു. അമ്പത്തഞ്ചു വർഷങ്ങൾക്കപ്പുറത്തേക്കു പോയി.

സരോസിക്ക് പതിനാറു വയസ്സ്. എന്നാൽ ആ വീട്ടിൽ കാൽവെച്ചു കയറിയിട്ട് നാലു വർഷം കഴിഞ്ഞതുകൊണ്ട് മുഖത്തിനൊരു മാറ്റം വന്നു. ശരീരത്തിന് ഒരു തിളക്കം വന്നു. ‘സാക്ഷാൽ ലക്ഷ്മീദേവിയുടെ വിളിയാട്ടം’ എന്ന് അമ്മായിയമ്മ സന്തോഷത്തോടെ ഇരിക്കുന്ന കാലത്തു പറയാറുണ്ട്. ആരും കണ്ണെടുക്കാതെ നോക്കി നിന്നു പോകുന്ന മുഖം! ചുരുണ്ട പനങ്കുല പോലുള്ള മുടിയിൽ അമ്മായിയമ്മ എണ്ണ പുരട്ടി കൊടുക്കും. മുടിച്ചുരുളുകൾ എപ്പോഴും വെളുത്തു തുടുത്ത മുഖത്തേക്കു വീണു കിടക്കും...

ഇരുൾ മുഴുവൻ മാറിയിട്ടില്ല. കോഴി കൂവുന്നതിനു മുമ്പ് എല്ലാവരും സരോസി എന്നു വിളിക്കുന്ന സരോജിനി കണ്ണു തുറക്കും. പട്ടു മെത്ത വിരിച്ച ഇരട്ടകട്ടിലിൽ ജംബുലിംഗത്തിന്റെ തടിച്ച രൂപം. ഉറക്കത്തിലാണ്. അമ്മയും അമ്മായിയമ്മയും പറഞ്ഞുകൊടുത്ത ശീലത്തോടെ സരോസി കണ്ണു തുറക്കുന്ന ഉടനെ പ്രാർത്ഥിച്ച് മാലയിലെ താലി രണ്ടു കണ്ണിലും തൊട്ടുവെച്ചു. പിന്നെ എഴുന്നേറ്റ് ഭർത്താവിന്റെ കാലു തൊട്ടു വണങ്ങി. രാത്രിയിൽ കൊണ്ടു വന്ന പാൽമൊന്ത എടുത്തുകൊണ്ട് ഒച്ച ഉണ്ടാക്കാതെ മുറി വിട്ട് വീടിന്റെ പുറകിലുള്ള അടുക്കളക്കെട്ടിലേക്കു നടന്നു. ശരീരമെല്ലാം പറിഞ്ഞു പോകുന്ന വേദന. ഇന്നലെ രാത്രി ജംബുലിംഗം ശരീരമെല്ലാം ഇളക്കി മറിച്ചു.

പിച്ചിച്ചീന്തുന്നപോലെ... അതെന്ത് ആവേശം, അതുകൊണ്ടെന്തു ഫലം എന്ന വൾക്കു തോന്നി. കിടക്കാൻ പോകുന്നത് എങ്ങനെയെങ്കിലും വൈകിച്ചു ചെന്നാലും മുകളിലേക്കു കുതിക്കാൻ ഒരു മൃഗത്തെപ്പോലെ അയാൾ കാത്തി രിക്കുകയാണ്. ഓരോ തവണയും അയാളുടെ തടിച്ച കരുത്തുള്ള ശരീര ത്തിന്റെ അസുരബലം കൂടുന്ന പോലെയും അവളുടെ ശരീരവും മനസ്സും ദുർബലമാവുന്ന പോലെയും തോന്നും. രാത്രി ഒരു മണിവരെ നീളുന്ന ജംബു ലിംഗത്തിന്റെ അട്ടഹാസം മുഴുവൻ സഹിച്ചു കിടന്നാലും രാവിലെ കോഴി കൂവുന്നതിനെ മുമ്പേ എഴുന്നേൽക്കണം. എല്ലാ ഭാര്യമാർക്കും ഈ അവ സ്ഥയായിരിക്കുമോ? അവൾക്കറിയില്ല.

ഒരു തവണ വീട്ടിൽ ചെന്നപ്പോൾ അമ്മയോട് ഇക്കാര്യം രഹസ്യമായി പറഞ്ഞു.

"രാത്രി മുഴുവൻ എന്നെ പെടാപാടുപെടുത്തുവാണ്... എനിക്കു സാധി ക്കില്ല... ശരീരം മുഴുവൻ വേദനയാ..."

അമ്മ അതുകേട്ട് കുലുങ്ങി ചിരിച്ചോണ്ടു പറഞ്ഞു.

"എടീ... ശരീരമൊക്കെ വേദനിക്കുമല്ലേ... ഭർത്താവായാൽ അങ്ങനെ ഇരി ക്കണം അതിനൊന്നും നീ പേടിക്കേണ്ട ആവശ്യമില്ല..."

എന്തെന്നറിയില്ല അവൾക്കു കണ്ണു നിറഞ്ഞു. അതു കണ്ട് അമ്മ അവ ളുടെ കവിളുകൾ തടവിക്കൊണ്ടു പറഞ്ഞു.

"അശട്ടു പെണ്ണേ!... നിന്നെ അവന് അത്രയ്ക്ക് ആശയാണെടീ... അതിനു സന്തോഷിക്കുവല്ലേ വേണ്ടത്. നിന്റെ ശരീരത്തിനു ശക്തിയില്ലേ... നിന്റെ അമ്മായിയമ്മ പാലും തൈരുമൊന്നു ശരിക്കു തരിന്നില്ലാന്നു തോന്നുന്നു..."

"ഓ അതൊന്നുമല്ല... നല്ല ആഹാരമൊക്കെയുണ്ട്." സരോസി പറഞ്ഞു.

അമ്മായിയമ്മയോട് ഈ കാര്യങ്ങളെങ്ങാനും ചോദിച്ചാൽ പിന്നെ കുറെ നാളത്തേക്ക് എനിക്ക് അവിടെ തലപൊക്കി നടക്കാൻ പറ്റില്ല.

അമ്മായിയമ്മ ഇനിയും എഴുന്നേറ്റിട്ടില്ല. സരോസി കിണറ്റിനടുത്തു ചെന്ന് തലയിൽ വെള്ളം കോരി ഒഴിച്ചു കുളിച്ചു. ഈറൻമുണ്ടോടെ പൂജാ മുറിയിൽ കയറി അവിടമൊക്കെ തൂത്തുതുടച്ച് കോലമിട്ട് വിളക്കു കത്തി ച്ചിട്ട് മുണ്ടു മാറ്റി അടുക്കളയിലേക്കു ചെന്നു.

വീട്ടിൽ ഭർത്താവിന്റെ അനിയന്മാർ അനിയത്തി തുടങ്ങി ഇരുപതു പേരുണ്ട്. അവരൊക്കെ എഴുന്നേൽക്കുന്നതിനു മുമ്പേ പലഹാരം ഉണ്ടാക്കിവയ്ക്കണം. അമ്മായിയമ്മയാണ് എല്ലാവർക്കും വിളമ്പി കൊടുക്കുന്നത്. സിംഹത്തെ പ്പോലെ ഉറക്കം കഴിഞ്ഞ് എഴുന്നേറ്റു വരുന്ന ജംബുലിംഗത്തിന് ഭക്ഷണ മുറിയിൽ പ്രത്യേകം മേശയും കസേരയും ഉണ്ട്. മകനും സ്വന്തം കൈ

കൊണ്ടുതന്നെ ഭക്ഷണം വിളമ്പി കൊടുക്കുന്നതാണ് അമ്മായിയമ്മ യ്ക്കിഷ്ടം. ആ സമയം സരോസി അവിടെ പോയി നിൽക്കുന്നതുപോലും ഇഷ്ടമല്ല.

“ഇവിടെ എന്തു കാണാനാ... അകത്തു പോയി ജോലി എന്താന്നുവെച്ചാ നോക്ക്.” ഭർത്താവു ഭക്ഷണം കഴിക്കുന്നിടത്ത് ഒരു ദിവസം ചെന്നപ്പോൾ അമ്മായിയമ്മ ശകാരിച്ചു. ജോലിക്ക് ആ വീട്ടിൽ ഒരു കുറവുമില്ല. പന്തി പന്തിയായിരുന്ന് രാവിലത്തെ പലഹാരം കഴിഞ്ഞാൽ പിന്നെ ഉച്ചയൂണിനുള്ള ഒരുക്കങ്ങളാവും. അതും കഴിയുമ്പോഴേക്കും നാലു മണിയാകും. പിന്നെ രാത്രിയിലേത്തേക്കുള്ള ചോറും കറികളും കൂടി തയ്യാറാക്കി വെച്ചിട്ട് നടുമുറ്റത്തുവന്ന് ഇത്തിരി കാറ്റു കിട്ടാൻ ഇരിക്കുമ്പോൾ ശരീരം മുഴുവൻ ഇളകുന്ന വേദനയായിരിക്കും. ഇത്രേം ജോലികൾ വാ തുറക്കാതെ... മുഖ ഭാവം മാറാതെ...

അത് അവൾക്കു ശീലമായിപ്പോയി. ചക്കുമാടിന്റെ സ്വഭാവമായി.

രാത്രി എല്ലാവരും ഭക്ഷണം കഴിച്ച് കിടക്കാൻ പോയിട്ടും ജംബുലിംഗം എത്തിയില്ല. വിശന്നിട്ടും അവൾ ഭർത്താവു വരാൻ കാത്തിരുന്നു.

ഉറക്കം വന്ന് കണ്ണുകൾ അടഞ്ഞുപോകുന്ന പോലെ... ഭർത്താവ് ഭക്ഷണം കഴിക്കാതെ എന്തെങ്കിലും കഴിച്ചുപോയാൽ ആ നിമിഷം ചൂരൽ പുറത്തു വീഴും. ജമീന്താർ കുടുംബത്തിന്റെ പാരമ്പര്യം... അവൾ പച്ചവെള്ള മെടുത്തു കുടിച്ചിട്ട് കിടപ്പുമുറിയോടു ചേർന്നുള്ള വരാന്തയിൽ പുറത്തേക്കു നോക്കിയിരുന്നു. കുറച്ചുനേരം തൂണിൽ ചാരി ഇരുന്നപ്പോഴേക്കും ഉറങ്ങി പ്പോയി. വണ്ടി വന്നു നിൽക്കുന്ന ശബ്ദം കേട്ട് ഞെട്ടിയുണർന്നു.

മുറ്റത്ത് ഒരു കുതിരവണ്ടി നിൽക്കുന്നു. അതിൽനിന്ന് ഒരാൾ ആദ്യം ചാടിയിറങ്ങി. അയാൾ വണ്ടിയിൽ ഇരുന്ന ജംബുലിംഗത്തെ കൈകൊണ്ടു താങ്ങി പിടിച്ചിറക്കി കിടപ്പുമുറിയിലേക്കു കൊണ്ടുവന്നു.

“എന്തു പറ്റി...”

അവൾ പേടിച്ച് ചോദിച്ചു.

ജംബുലിംഗത്തെ താങ്ങിപ്പിടിച്ചിരിക്കുന്ന ആൾ അവളെ നോക്കിയിട്ടു പറഞ്ഞു.

“ഒന്നുമില്ല... ഇന്ന് അല്പം കൂടുതലായി. രാവിലെയാകുമ്പോഴേക്കും ബോധമെല്ലാം ശരിയാകും.”

അവൾ മുറി തുറന്ന് ജംബുലിംഗത്തെ കിടക്കയിൽ കിടത്താൻ സഹാ യിച്ചു കൊടുത്തു.

കൂടെ വന്നയാൾ അവളെ സഹതാപത്തോടെ നോക്കീട്ട് കതകടച്ചോളൂ എന്നു പറഞ്ഞ് പെട്ടെന്നു പുറത്തേക്കു പോയി.

ഒന്നും മനസ്സിലാകാതെയുള്ള ഭയത്തോടെ അവൾ രാത്രി മുഴുവൻ കട്ടിലിലിരുന്നു കരഞ്ഞു. പുലർച്ചെ പതിവുപോലെ ഭർത്താവിന്റെ കാലിൽ തൊട്ടു വണങ്ങി എഴുന്നേറ്റു. വൈകുന്നേരം വരെ ജോലി പതിവുപോലെ നിശ്ശബ്ദമായി ചെയ്തു തീർത്തിട്ട് അമ്മായിയമ്മയെ കണ്ട് ഭർത്താവിന്റെ പുതിയ ശീലത്തെപ്പറ്റി പറഞ്ഞു.

അവരതു കാര്യമായെടുത്തില്ല. വളരെ ലാഘവത്തോടെയാണ് മറുപടി പറഞ്ഞത്.

"ആണുങ്ങളാവുമ്പോൾ ഇങ്ങനെയൊക്കെ ഉണ്ടാകും. അതൊന്നും കണ്ടില്ലാന്നു നടിക്കുന്നതാ ബുദ്ധി."

മൂന്ന്

തട്ടി എഴുന്നേല്പിച്ചതുപോലെ സരോജിനി പെട്ടെന്ന് ഉണർന്നു. ജനൽചില്ലിലൂടെ വെയിൽമുറിയിലേക്കു കടന്നു വരുന്നു. എത്ര നേരം ഉറങ്ങിയെന്നറിയില്ല. ശരീരത്തിനു നല്ല ക്ഷീണം. കുറച്ചുനേരം മുമ്പ് എവിടെയായിരുന്നു വെന്നറിയില്ല. ഇത് വർത്തമാനകാലമോ കഴിഞ്ഞ കാലമോ? നീല വെൽവെറ്റു വിരിപ്പു വിരിച്ച കിടക്കയില്ല. ജംബുലിംഗത്തിന്റെ തടിച്ച രൂപവും കട്ടിലിൽ ഉറങ്ങുന്നില്ല. മുകളിൽ ഷാൻഡിലിയർ വിളക്കുമില്ല.

ഇതു വർത്തമാനകാലം. പല യുഗങ്ങൾ കടന്ന് ഞാൻ വേറെ ജന്മമെടുത്തിരിക്കുന്നു. അന്നത്തെ സരോസിക്കും എനിക്കും ജീവിതരീതിയിൽ ബന്ധമില്ല.

മനസ്സു മാറില്ലേ?

സരോജിനി ഉള്ളിൽ ചിരിച്ചു. മനസ്സ് അതുതന്നെ. അടിസ്ഥാനമായി എല്ലാ പെണ്ണുങ്ങൾക്കും ഒരേ മനസ്സുതന്നെ. സ്നേഹത്തിനായുള്ള കാത്തിരിപ്പും അതു കിട്ടിയില്ലെങ്കിൽ വിഷമവും. ഇതിന്റെ രൂപം മാറും, ഓരോ സാഹചര്യങ്ങൾക്കനുസരിച്ച് എന്നല്ലാതെ അടിസ്ഥാനപരമായി എല്ലാം ഒന്നുതന്നെ. പഠിപ്പും ആത്മാഭിമാനവും ഉള്ളപ്പോഴാണ് 'പോ നിന്റെ ദയവ് എനിക്കു വേണ്ട...' എന്ന അരുണയുടെ നിലയിലേക്ക് എത്തുന്നത്. ഭർത്താവിന്റെ സ്നേഹം ലഭിക്കാത്തതിലുള്ള അവളുടെ ദുഃഖം എത്രത്തോളമെന്ന് എനിക്കറിയാം. ആ തർക്കക്കാരൻ കുറച്ചു മര്യാദയോടെ ഇവളോടു പെരുമാറിയിരുന്നെങ്കിൽ അരുണ അവന്റെ ഒപ്പം നിന്നേനേ... പാവം...

തന്നെപ്പോലെയാണ് എല്ലാവരും എന്നു വിചാരിച്ച് അവളെ മോശപ്പെട്ട വളായി കുറ്റപ്പെടുത്തുന്ന പാപി. സരോജിനിയുടെ ശരീരം ഒന്നിളകിയതുപോലെ, വേദന മനസ്സിൽ കനത്തു.

ആരോ മുറിയുടെ കതകു മെല്ലെ തട്ടി അകത്തേക്കു വന്നു.

"വല്യമ്മ എഴുന്നേറ്റില്ലേ."

മുരുകൈയന്റെ ശബ്ദം.

'എഴുന്നേറ്റു' എന്നു പറഞ്ഞ് സരോജിനി കണ്ണുകൾ അടച്ചു കിടന്നു.

"ജനലിന്റെ കർട്ടൻ നീക്കട്ടെ."

"ശരി"

മുരുകൈയൻ കർട്ടൻ നീക്കിയപ്പോൾ മുറിയിലേക്കു പാഞ്ഞു കയറിയ വെളിച്ചം മറയ്ക്കാൻ സരോജിനി കൈകൾകൊണ്ട് കണ്ണുമൂടി. അവൻ പുറത്തേക്കു പോകുന്ന ശബ്ദം കേട്ടിട്ടും എഴുന്നേൽക്കാൻ മടി തോന്നി. രാവിലെ നേരത്തെ എഴുന്നേൽക്കണം എന്ന നിർബന്ധം പോയിട്ട് കുറെക്കാലമായി. ഇന്ന് മനസ്സിന് ആയാസം തോന്നുന്നു. കഴിഞ്ഞകാലത്തെ എത്തിനോക്കിയിട്ട് വെളിയിൽ വരുമ്പോഴെല്ലാം ഇതുപോലെ തോന്നും. ഒരു ജന്മം അനാവശ്യമായി കലങ്ങിപോണതുപോലെ. 'മനുഷ്യൻ മനുഷ്യനെപ്പോലെ നടന്നില്ലെങ്കിൽ എന്തെല്ലാം കാര്യങ്ങൾ താറുമാറായിപ്പോകും' എന്നവൾ മനസ്സിൽ പറഞ്ഞു. അരുണയ്ക്കുണ്ടായ വിഷമത്തിനും ഇതുതന്നെ കാരണം. ആ മനുഷ്യൻ – ഇന്നലെ വരെ അവളുടെ ഭർത്താവായിരുന്ന പ്രഭാകർ ഇപ്പോ മുന്നിൽ വന്നാലും 'അവളുടെ മേൽ നീ ആരോപിച്ച കുറ്റങ്ങൾക്കെല്ലാം കാരണം നീ തന്നെയാണ്' എന്നു പറയണം.

"എന്താമ്മേ ശരീരത്തിനു സുഖമില്ലേ."

കണ്ണുകൾ മൂടിയിരുന്ന കൈകൾ മാറ്റി സരോജിനി നോക്കി. കാർത്തികേയനും നളിനിയും നിൽക്കുന്നു.

"ഏയ്, ശരീരത്തിനൊന്നുമില്ല" എന്നു പറഞ്ഞ് സരോജിനി കിടക്കയിൽ എഴുന്നേറ്റിരുന്നു.

"രാത്രി ശരിക്ക് ഉറങ്ങിയില്ല... അല്ലെങ്കിൽ ഞാനിപ്പം എഴുന്നേറ്റിട്ട് എന്തു ചെയ്യാനാണെന്നു വിചാരിച്ചു കിടന്നതാ..."

"കെടക്കണമെങ്കിൽ കെടന്നോ..." നളിനി പറഞ്ഞു.

"ഏയ് ഇനി വേണ്ട.... എത്ര നേരമെന്നു വെച്ചാ കെടക്കണത്..."

സരോജിനി എഴുന്നേറ്റു.

"ഞങ്ങൾക്കും ഉറക്കം വന്നില്ല... അരുണയുടെ വിധി ഇങ്ങനെയായല്ലോ."

കാർത്തികേയൻ പറഞ്ഞു.

ഈ വിഷയത്തിൽ ഇവർ രണ്ടു പേരും വളരെ വിഷമിക്കുന്നതായി സരോജിനിക്കു തോന്നി.

"കഴിഞ്ഞതിനെപ്പറ്റിയൊന്നും ആലോചിച്ചിട്ട് ഒരു മെച്ചവുമില്ല. അവളു ബന്ധം വേർപെടുത്തി വന്നത് അവൾക്കു നല്ലത്. ഏതെല്ലാം ആപത്ത് നമ്മൾ മറന്നു പോകുന്നു ഈ കല്യാണത്തേയും അങ്ങനെ വിചാരിച്ചാ മതി."

"അമ്മ പറയണതും ശരി തന്നെ" എന്ന് കാർത്തികേയൻ പറഞ്ഞെങ്കിലും നളിനി ഒന്നും മിണ്ടാതെ തലകുനിച്ചു നിൽക്കുകയാണ്.

"നളിനി ഇങ്ങനെ വിഷമിക്കാതെ. നടക്കാൻ പാടില്ലാത്തത് ഒന്നും നടന്നിട്ടില്ല. എന്തു നടക്കണമോ അതാണു നടന്നത്. ഇനി എന്താണ്

ചെയ്യേണ്ടതെന്ന് ആലോചിക്ക്. അല്ലെങ്കിൽ ആ കുട്ടിയുടെ മനസ്സിന്റെ വേദന മാറാൻ കുറെ നാളാകും...”

“അവളു നല്ല ധൈര്യത്തോടെയല്ലേ ഇരിക്കണത്. ഒന്നും സംഭവിക്കാത്ത പോലെ. എനിക്കാണ് സഹിക്കാനാവാത്തത്.”

പറയുമ്പോൾ നളിനിയുടെ ശബ്ദം നേർത്തു വന്നു. ഒപ്പം കണ്ണു നിറഞ്ഞു.

ഇവളെന്താ ഇപ്പോഴും കാര്യങ്ങൾ ശരിക്കു കാണാത്തതെന്നു തോന്നി.

“കണ്ണു നന്നായി തുറന്നു നോക്ക് നളിനി അപ്പം മനസ്സിലാവും അവ ളുടെ ദുഃഖം. അല്ലാതെ കുടുംബത്തിന്റെ അന്തസ്സെന്നു വിചാരിച്ചിരിക്കു മ്പോഴാ ഇതൊക്കെ...”

ടൗവൽ എടുത്തുകൊണ്ട് കുളിമുറിയിലേക്കു കയറുന്നതിനിടയിൽ സരോജിനി വീണ്ടും ഓർമ്മിപ്പിച്ചു.

“ഈ വ്യവഹാരത്തിലൂടെ നമ്മടെ കുടുംബത്തിന്റെ അന്തസ്സ് സംരക്ഷി ക്കപ്പെട്ടുവെന്ന് നീ ഓർക്കണം” കുളിമുറിയിലേക്കു കയറിയപ്പോൾ “അതൊന്നും നിങ്ങൾക്കു മനസ്സിലാകില്ല” എന്നു സരോജിനി സ്വയം പറഞ്ഞു.

പല്ലു തേച്ച് മുഖം കഴുകി കണ്ണാടിയിൽ നോക്കിയപ്പോൾ “നല്ല ഭർത്താ വിനൊപ്പം സുഖമായി ജീവിക്കാൻ പെണ്ണുങ്ങൾക്കും അറിയില്ല” എന്നവൾ ഓർമ്മിച്ചു.

കാർത്തികേയൻ നല്ല പയ്യൻ. പെൺജാതിയെ ഉള്ളംകൈയിൽ താങ്ങു ന്നവൻ. ‘ആണുങ്ങളായാൽ എങ്ങനെ ഇരിക്കണം’ എന്ന വിശേഷണത്തിനു പറ്റിയവൻ. നളിനിക്ക് അവൻ ഒരു കാര്യത്തിലും കുറവു വരുത്തിയിട്ടില്ല. എല്ലാ ഭർത്താക്കന്മാരും ഇതുപോലെയാണെന്നാണ് നളിനി വിചാരിക്കുന്നത്. അതാണ് ഈ സംഭവം അവൾക്കു താങ്ങാൻ പറ്റാതെ പോയത്.

സരോജിനി ഭക്ഷണമുറിയിലേക്കു വന്നപ്പോൾ ഓഫീസിൽ പോകാൻ റെഡിയായി കാർത്തികേയൻ ഇഡ്ഢലി കഴിക്കുകയായിരുന്നു. മുരുകൈയനു സഹായിയായി നളിനിയും മേശയ്ക്കടുത്തുണ്ട്.

“അമ്മയ്ക്കു കാപ്പികൊണ്ടുവാ” എന്നു കാർത്തികേയൻ പറയുന്നതിനു മുമ്പേ മുരുകൈയൻ സരോജിനിക്കു മുമ്പിൽ എല്ലാം കൊണ്ടുവന്നുവെച്ചു.

“വല്യമ്മ പല്ലു തേക്കാൻ പോണത് കണ്ടിരുന്നു.”

മുരുകൈയൻ ചിരിച്ചു. സരോജിനി കാപ്പിയുടെ ചൂടാറ്റി ഒരു കവിൾ കുടിച്ചു. മുരുകൈയനുമായി മുപ്പതുവർഷത്തെ പരിചയമാ... വീട്ടോടെ വേലയ്ക്കു നിന്ന മരഗതത്തിന്റെ മകൻ. തോട്ടത്തിൽ എവിടെ കളിച്ചുകൊ ണ്ടുനിന്നാലും സമയമാകുമ്പോൾ ഇവനെ തേടിപ്പിടിച്ച് കാപ്പിയും പലഹാ രവും കൊടുക്കുമായിരുന്നു. ആ ഓർമ്മ അവനിപ്പോഴുമുണ്ട്.

"അരുണ എഴുന്നേറ്റോ. കാപ്പി കുടിച്ചോ."
സരോജിനി തിരക്കി.
"എഴുന്നേറ്റു. പക്ഷേ, ഇതുവരെ താഴത്തേക്കു വന്നിട്ടില്ല."
നളിനി പരിഭവത്തോടെ പറഞ്ഞു.
"അതെന്താ."
"ആരോടോ ഫോണിൽ സംസാരിക്കുവാ... അരമണിക്കൂറായി."
നളിനിയുടെ മുഖത്തെ വിഷമം മാറിയിട്ടില്ല.
കാർത്തികേയൻ അതൊന്നും ശ്രദ്ധിക്കുന്നില്ല.
അതിനിടെ അരുണ പടപടാന്നു ശബ്ദമുണ്ടാക്കി പടികൾ ഇറങ്ങി വന്നു.
'ഗുഡ്മോണിംഗ്' പറഞ്ഞ് അവൾ ചിരിച്ചപ്പോൾ കാർത്തികേയൻ താത്പര്യമില്ലാത്ത മട്ടിലാണ് ഗുഡ്മോണിംഗ് തിരിച്ചു പറഞ്ഞത്.
"വാടി... വാ ഇവിടിരിക്ക്."
സരോജിനി വിളിച്ചു.
അരുണയുടെ മുഖം വാടിയിട്ടുണ്ട്. മൂക്കിന്റെ അറ്റം ചുവന്നിരിക്കുന്നു. കുറച്ചു മുമ്പുവരെ കരഞ്ഞതുപോലെ. അതു മറയ്ക്കാൻ പൗഡർ പൂശി വന്നതാണെന്നു മനസ്സിലായി. കണ്ണുകൾക്കടിയിൽ തടിച്ചിരിക്കുന്നു.
'ഇന്നലെ രാത്രി ഈ കുട്ടി ഉറങ്ങീട്ടുണ്ടാവില്ലെന്ന്' ഓർത്ത് സരോജിനിക്കു വിഷമം തോന്നി.
"കാപ്പി കൊണ്ടു വരാം" എന്നു മുറുമുറുത്ത് നളിനി അകത്തേക്കു പോയി.
സരോജിനി വാത്സല്യത്തോടെ അരുണയുടെ തോളിൽ തട്ടി.
"പറയ്... ഇന്നു നീ എന്താ ചെയ്യാൻ പോണത്... പ്രോഗ്രാം വല്ലതു മുണ്ടോ."
"ഉണ്ട് മുത്തശ്ശി... പുറത്തുപോകാൻ പോവുകയാ."
"ഊണു കഴിക്കാൻ എത്തുമോ."
"ഊഹും... നാലു മണിയാകും."
"അതു കഴിഞ്ഞ്..."
"അതു കഴിഞ്ഞ് പരിപാടിയൊന്നുമില്ല."
അരുണ ചിരിച്ചു. അതുകണ്ട് ചിരിച്ചോണ്ട് സരോജിനി പറഞ്ഞു.
"എനിക്കിന്നൊരു സിനിമ കാണണമെന്നു തോന്നുന്നു."
"അയ്യട ചക്കരേ! ഞാൻ റെഡി... അമ്മ വരുന്നുണ്ടോന്ന് മുത്തശ്ശി ചോദിക്ക്."

"ഞാൻ എങ്ങോട്ടും വരുന്നില്ല."

കാപ്പിയുമായി വന്ന നളിനി പറഞ്ഞു.

"വീട്ടില് വീഡിയോ ഇട്ടാലും എനിക്കിപ്പം കാണാൻ പറ്റില്ല..."

നളിനി പിറുപിറുത്തു.

"ഉം... എന്തുപറ്റി. മൂഡില്ലേ."

അരുണ അല്പം തമാശയോടെ ചോദിച്ചു.

"ഒന്നും സംഭവിച്ചിട്ടില്ല. സിനിമ കാണാനൊന്നും തോന്നണില്ല, അതു തന്നെ."

"എന്നാ ഞങ്ങളു ശല്യപ്പെടുത്തുന്നില്ല. ഏതായാലും ഞാനും മുത്തശ്ശിയും പോകും... എന്തു വേണം മുത്തശ്ശി ഹിന്ദി, തമിഴ്..."

"ഇംഗ്ലീഷുപടത്തിനു പോകാം..."

അതുകേട്ട് അരുണ ഉറക്കെ പൊട്ടിച്ചിരിച്ചു.

"അതിനു മുത്തശ്ശിക്ക് ഇംഗ്ലീഷറിയില്ലല്ലോ."

"അതു തന്നെയാ നല്ലത്. ഏതായാലും നമ്മടെ സംസ്ക്കാരം സമ്പ്രദായങ്ങള് എന്നൊക്കെ പറഞ്ഞ് കാണിച്ചുകൂട്ടുന്ന കഴുത്തറപ്പ് കാണണ്ടല്ലോ..."

കുടിച്ചുകൊണ്ടിരുന്ന കാപ്പി ഗ്ലാസ്സ് താഴെ വെച്ച് അരുണ എഴുന്നറ്റുവന്ന് മുത്തശ്ശിയെ കെട്ടിപ്പിടിച്ചു.

"മുത്തശ്ശിയുടെ അഭിപ്രായം എന്റെ കൂട്ടുകാർക്കു പോലുമില്ലാത്ത താണ്."

നിങ്ങളുടെ സംസാരവുമായി ബന്ധമില്ലെന്ന മട്ടിൽ കാർത്തികേയൻ എഴുന്നേറ്റു. നളിനിയുടെ മുഖത്ത് ഒട്ടും സന്തോഷമില്ല.

"വെളിയിൽ പോകാൻ കാറു വേണ്ടേ അരുണാ... ഞാൻ ഓഫീസിലു ചെന്നിട്ടു കാറു വിടാം."

കാർത്തികേയൻ പറഞ്ഞു.

"വേണ്ട..."

"പിന്നെ എങ്ങനെ പോകാൻ പോണൂ..."

"ഞാൻ ശങ്കറിന്റെ കൂടെ പോവും. അമേരിക്കൻ എംബസിയില് അയാൾക്കു ചിലരെ അറിയാം. അവിടെ എന്നെ പരിചയപ്പെടുത്തി തരാ മെന്നു പറഞ്ഞിട്ടുണ്ട്."

"അതിനു തിരിച്ചുവരാൻ നാലുമണി ആകണോ."

നളിനി തിരക്കി.

“എനിക്കു കുറച്ചു ജോലിയുണ്ടമ്മേ... എന്നെ എന്താ കൊച്ചുകുട്ടിയായി വിചാരിക്കാതെ... പിന്നേം എന്തിനാ പറയണത്.”

അരുണ അതു പറഞ്ഞ് പടികൾ കയറി മുറിയിലേക്കു പോയി.

“കുറച്ചു വിട്ടുപിടി നളിനി...”

കാർത്തികേയൻ അവളെ സമാധാനപ്പെടുത്താനെന്നവണ്ണം പറഞ്ഞു.

“എല്ലാ പ്രശ്നങ്ങൾക്കും തുടക്കമിട്ടത് ഈ ശങ്കറാ... അവനോടായിരുന്നു ഇത്രേം നേരം ഫോണിൽ സംസാരം... അവന്റെ കൂടെ ഇവളു ചുറ്റുന്നതു കണ്ടാൽ നാട്ടുകാര് നാളെ ഇവളെയേ കുറ്റം പറയൂ...”

“നാട്ടുകാരുടെ കാര്യം മറന്നുകള നളിനി...”

സരോജിനി ഇടപെട്ടു.

“നാട്ടുകാരല്ല... നീ എന്തു വിചാരിക്കുന്നുവെന്നതാ പ്രധാനം... നാട്ടുകാരു പലതും പറയും. സത്യം കള്ളമാക്കും, കള്ളം സത്യമാണെന്നു പറയും...”

പുറത്ത് കാർ വന്നു നിൽക്കുന്ന ശബ്ദം കേട്ടു.

“ഓ, പ്രശ്നക്കാരൻ വന്നു” എന്നു മുറുമുറുത്തുകൊണ്ട് നളിനി ദേഷ്യത്തിൽ അകത്തേക്കു പോയപ്പോൾ കാറിൽ വന്നത് ശങ്കറാണെന്നു സരോജിനിക്കു മനസ്സിലായി.

നാല്

നളിനി പെട്ടെന്നു മുറിയിലേക്കു പോയത് സരോജിനി ശ്രദ്ധിച്ചു. എല്ലാ പ്രശ്നങ്ങൾക്കും കാരണം ഇയാളാണെന്ന് നളിനി വിചാരിക്കുന്നതു ശരിയല്ലെന്നു തോന്നി. ശങ്കറിന്റെ മുഖത്ത് പതിവു സന്തോഷമില്ലെന്നു കണ്ടപ്പോഴെ ശ്രദ്ധിച്ചു. 'വണക്കം അമ്മ' എന്നു പറഞ്ഞ് ശങ്കർ സരോജിനിയെ നമസ്കരിച്ചു. അതുകണ്ട് 'ഹലോ' എന്നു പറഞ്ഞ് കാർത്തികേയൻ അടുത്തുവന്ന് അവനു ഷേക്ക്ഹാൻഡു കൊടുത്തു.

"അമേരിക്കൻ എംബസിയിൽ അരുണയ്ക്കൊരു അപ്പോയ്മെന്റുണ്ട്. എനിക്കവിടെ ചിലരെ അറിയാം. അതുകൊണ്ട് അരുണയെ കൂട്ടിക്കൊണ്ടു പോകാൻ വന്നതാ."

ശങ്കർ പറഞ്ഞു.

"ഉവ്വ്... അരുണ പറഞ്ഞിരുന്നു. ഇപ്പം വരും... ശങ്കറിരിക്ക്... എനിക്ക് ഓഫീസിലേക്കിറങ്ങാൻ നേരമായി."

കാർത്തികേയൻ ലോഹ്യഭാവത്തോടെ പറഞ്ഞു.

"ശരി എന്നാ ഇറങ്ങിക്കോ... അരുണ വരുന്നതുവരെ ഞാൻ മുത്തശ്ശിയോടു സംസാരിച്ചോണ്ടിരിക്കാം."

കാർത്തികേയൻ ഇറങ്ങി.

"എങ്ങനെ ഇരിക്കുന്നു മുത്തശ്ശി..."

ശങ്കർ കുശലാന്വേഷണം നടത്തി.

"സുഖമായിരിക്കുന്നു. വയസ്സായി പോയി എന്നതൊഴിച്ച് വേറെ പ്രശ്നങ്ങളൊന്നുമില്ല... സമയാസമയം ഭക്ഷണം... ഉറക്കം..."

"മുത്തശ്ശി വലിയ സന്തോഷത്തിലാണെന്നു തോന്നുന്നു... സാധാരണ ഇത്രേം വയസ്സാകുന്നതിനു മുൻപേ ആളുകൾക്കു ജീവിതത്തോടു വെറുപ്പാകും. പരാതികളല്ലാതെ പിന്നെയൊന്നും പറയാനുണ്ടാവില്ല."

സരോജിനി ചിരിച്ചുകൊണ്ട് അവനെ ശ്രദ്ധിച്ചു. ഇവനെ കണ്ടാൽ ഒരു യോഗ്യനാണെന്നു തോന്നും. അല്ലാതെ എന്തെങ്കിലും കുരുട്ടുബുദ്ധിയുള്ളവനാണെന്നു പറയില്ല. അരുണയോട് ഇവനു സാധാരണ സൗഹൃദമായിരിക്കും.

അല്ല അത് കഠിനമായ അടുപ്പമായാലും ഇവനെയോ അരുണയെയോ കുറ്റം പറയാനാവില്ല.

"മുത്തശ്ശി... അരുണ ഇപ്പം എങ്ങനെ ഇരിക്കുന്നു."

"സാധാരണ പോലെ."

ശങ്കർ എന്തോ ആലോചിച്ചുകൊണ്ടു പറഞ്ഞു.

"രാവിലെ ഫോണിൽ സംസാരിച്ചപ്പോൾ അവളു 'അപ്സെറ്റ്' ആയ പോലെ തോന്നി."

"ങ്ഹാ... കുറച്ചൊക്കെ എന്തെങ്കിലും ആലോചിച്ചു വെപ്രാളം തോന്നാതിരിക്കുമോ... സാധാരണ ഇതൊക്കെ ഒരു കുഴപ്പവും കൂടാതെ പോവേണ്ടതല്ലേ... ഇതിലു വേദനയൊന്നുമില്ല... പക്ഷേ, മനസ്സിനുണ്ടായ മുറിവ് ഉണങ്ങാൻ കുറച്ചു നാളെടുക്കും."

ഇതുകേട്ട് ശങ്കർ അവരെ സംശയത്തോടെ നോക്കി.

"മുത്തശ്ശിയാണ് അവൾക്ക് എല്ലാ കാര്യത്തിനും പിന്തുണയെന്നു പറഞ്ഞിരുന്നു."

സരോജിനി ചിരിച്ചു.

"എന്റെ കാലമൊക്കെ കഴിഞ്ഞു... എന്റെ പിന്തുണ ഉണ്ടെങ്കിലും ഇല്ലെങ്കിലും അവൾക്ക് ഒരു മെച്ചവുമില്ല. ഇത്തരം കാര്യങ്ങളിലൊന്നും ആരുടേം പിന്തുണ കാത്തുനിൽക്കേണ്ട കാര്യവുമില്ല. മനസ്സിന് ശരീന്നു തോന്നണത് ചെയ്യുക. നമ്മടെ അനുഭവമോം ബുദ്ധിമുട്ടുമൊക്കെ നമുക്കു മാത്രം മനസ്സിലാകുന്ന കാര്യമാണ്."

"ശരിയാ... ഇപ്പം എനിക്കൊരു കാര്യം മനസ്സിലായി അരുണ മുത്തശ്ശിയെപ്പോലെ തന്നെ ഇരിക്കുന്നു - സ്വഭാവത്തില്."

'ഇവന് എന്റെ സ്വഭാവത്തെപ്പറ്റി എന്തറിയാം' എന്നാലോചിച്ചപ്പോൾ അവർക്കു ചിരി വന്നു.

പടിക്കെട്ടിൽ കാല്പാദങ്ങളുടെ ശബ്ദം കേട്ട് സരോജിനി ശ്രദ്ധിച്ചു. അരുണ താഴത്തേക്കു വന്നു. കോട്ടൺ സാരിയിൽ ലളിതമായ വേഷം. കാലത്ത് മുഖത്തു കണ്ട ക്ഷീണം ഇപ്പോഴില്ല. കുളിച്ച് ക്രീമും പൗഡറുമിട്ട് നല്ല ഫ്രെഷായി അവൾ വന്നു. അരുണയെ കണ്ട് 'ഹായ്' പറഞ്ഞ് ശങ്കർ എഴുന്നേറ്റു.

"ഞങ്ങളു പുറത്തേക്കു പോവ്വോ മുത്തശ്ശി. അമ്മയോടു പറഞ്ഞേരേ... ഞാൻ പുറത്തു ഭക്ഷണം കഴിച്ചോളാം... മുത്തശ്ശി, ഞാൻ വന്നിട്ട് നമുക്കു സിനിമയ്ക്കു പോകാം. ഈവനിംഗ് ഷോ... പോരേ..."

സരോജിനി തലയാട്ടി. അരുണ ചിരിച്ചുകൊണ്ട് മുത്തശ്ശിയുടെ കൈ പിടിച്ചു കുലുക്കിയിട്ട് ശങ്കറിനൊപ്പം പുറത്തേക്കു നടന്നു. രണ്ടു പേരും

പരസ്പരം ഇംഗ്ലീഷിൽ സംസാരിക്കുന്നതും കാറിൽ കയറുന്നതുമെല്ലാം സരോജിനി നോക്കിക്കൊണ്ടിരുന്നു.

രണ്ടു വർഷം മുമ്പ് ഇതേപോലെ അരുണയും പ്രഭാകറും ജോടിയായി ചിരിച്ചുകൊണ്ടു നടന്ന കാഴ്ച ഓർമ്മയിലേക്കു വന്നു. വലിയ വീട്ടിലെ ബന്ധം, പഠിപ്പുള്ളവൻ എന്നൊക്കെ വിചാരിച്ച് ഏർപ്പാടു ചെയ്ത വിവാഹം. പഠിക്കുന്ന കാലത്താണെങ്കിൽ അരുണ പഠിത്തത്തിൽ മാത്രമാണ് ശ്രദ്ധിച്ചിരുന്നത്. പ്രേമം, ക്രീമം അങ്ങനെ ഒരു വിഷയത്തിലും തലയിടാൻ പോയില്ല. എം.എ. കഴിഞ്ഞപ്പോഴാണ് കാർത്തികേയനും നളിനിയും വരനെ കണ്ടുപിടിച്ചു കൊണ്ടുവന്നത്. കല്യാണവേഷത്തിൽ അരുണ നിൽക്കുന്നത് ഇപ്പോഴും മുന്നിലുണ്ട്. എത്ര അഴകായിരുന്ന ജോടി. ദൃഷ്ടിദോഷമോ എന്തോ? നല്ല പഠിപ്പുള്ള പ്രഭാകറിനൊപ്പം അവൾ സന്തോഷത്തോടെ കുടുംബം നടത്താമെന്നു കരുതി. അവൾ നല്ല ബുദ്ധിശാലിയായതുകൊണ്ട് കൂടുതൽ ഇഷ്ടപ്പെട്ടു, ദേഷ്യപ്പെട്ടു. ഒടുവിൽ പിരിയുകയും ചെയ്തു...

സരോജിനി എഴുന്നേറ്റു. നളിനി എവിടെ? ഇപ്പോഴും അവൾ ദേഷ്യത്തിലായിരിക്കും. 'തന്നത്താൻ മനസ്സിലാക്കട്ടെ' എന്നു വിചാരിച്ചുകൊണ്ട് സരോജിനി മുൻവശത്തെ വാതിലനടുത്തേക്കു വന്നപ്പോൾ മുറ്റത്തു ജോലി ചെയ്തുകൊണ്ടിരുന്ന വെള്ളച്ചാമി ബഹുമാനം കാട്ടി ചിരിച്ചു.

"വെള്ളച്ചാമി ഈ ചാരുകസേര എടുത്ത് ആ വേപ്പുമരത്തിന്റെ താഴെ ഇടാമോ..."

കേട്ട പാടെ അവൻ കസേര എടുത്തിട്ടു തന്നു. തണുത്ത കാറ്റടിച്ചപ്പോൾ പൂക്കളുടെ ഗന്ധം. ആ തണലിന്റെ കുളിർമ്മയിൽ ഇരുന്ന് കാറ്റ് ദീർഘമായി വലിച്ചെടുത്ത് ആസ്വദിച്ചുകൊണ്ട് സരോജിനി തല ചായ്ച്ച് കണ്ണു മൂടി ഇരുന്നു.

കല്യാണം കഴിഞ്ഞ് മൂന്നു മാസം കഴിഞ്ഞപ്പോഴേക്കും അരുണയുടെ സ്വപ്നമെല്ലാം കലങ്ങിപ്പോവുകയാണെന്നു തോന്നി. മുഖം വാടി ചുണയെല്ലാം കുറഞ്ഞ് കണ്ടെങ്കിലും ആദ്യം ആരും തന്നോട് ഇതിനെപ്പറ്റി ഒന്നും പറഞ്ഞില്ല. എന്തു ചോദിച്ചാലും ഒന്നും വിട്ടുപറയാതെ മൂടിവെയ്ക്കും. അരുണയോടു ചോദിച്ചപ്പോൾ 'സുഖമായിട്ടിരിക്കുന്നു' എന്നാണ് പറഞ്ഞത്. ഒരു ദിവസം ഈ കതകിന്റെ പുറത്ത് താൻ ഇരിക്കുന്നതറിയാതെ കാർത്തികേയൻ മകളെ ഉപദേശിക്കുന്നതു കേട്ടു.

"ഇതു നോക്ക് അരുണ... കുറച്ചു സമാധാനപ്പെട്. പെട്ടെന്നു തീരുമാനമൊന്നും വേണ്ട. പ്രഭാകരൻ കഴിവുള്ളവനാണ്, നല്ല ഉദ്യോഗവുമുണ്ട്. പണം കൂടുതൽ വരുമ്പോൾ ആണുങ്ങള് ചെലപ്പോ വഴിപിഴയ്ക്കും. നീയാണ് അവനെ ശരിയായ വഴിക്കു കൊണ്ടുവരാൻ നോക്കേണ്ടത്. അല്ലാതെ

എന്തെങ്കിലും പ്രശ്നങ്ങൾ ഉണ്ടാകുമ്പോൾ ഇതു വിജയിക്കാത്ത കേസാണെന്നു പറഞ്ഞ് വിട്ടുകളയാനല്ല നോക്കേണ്ടത്."

"അപ്പം എനിക്കു സ്വസ്ഥത വേണ്ടേ, ആ മനുഷ്യന്റെ സ്വഭാവമേ നല്ലതല്ലച്ഛാ..."

"കല്യാണം കഴിഞ്ഞിട്ടു മൂന്നു മാസമല്ലേ ആയുള്ളൂ. അതിനു മുമ്പ് അവന്റെ സ്വഭാവമൊക്കെ കണ്ടുപിടിച്ചോ."

"ഇപ്പഴല്ല, കുറച്ചുനാളുമുമ്പുതന്നെ എനിക്കെല്ലാം മനസ്സിലായി. എന്നാലും നിങ്ങളോടൊന്നും പറയാതെ മിണ്ടാണ്ടിരിക്കുവായിരുന്നു. ഞാൻ എന്തിനിങ്ങനെ കഷ്ടപ്പെടണം? വെറും പാഴായ ജന്മംപോലെ..."

"വെപ്രാളപ്പെടാതെ അരുണാ... ഒന്നും പാഴായി പോയിട്ടൊന്നുമില്ല. ഭർത്താവ്, ഭാര്യ എന്നൊക്കെയുള്ള ബന്ധം എളുപ്പത്തിൽ വേർപെടുത്താനാവില്ല. ഇതുവരെ നമ്മടെ കുടുംബത്തിൽ ഇങ്ങനെയൊന്നും ഉണ്ടായിട്ടില്ല. നിന്റെ മുത്തശ്ശിയെ നോക്ക്. എന്തെല്ലാം കഷ്ടപ്പാടുകൾ സഹിച്ചു. എന്നിട്ടും ഒന്നും പറയാതെ സഹിച്ചു കഴിഞ്ഞതുകൊണ്ട് കുടുംബം ഇന്നും തകരാതെ അന്തസ്സായി നിൽക്കുന്നു... നല്ല പേരോടെ..."

"മുത്തശ്ശിയുടെ കാലം വേറെ എന്റെ കാലം വേറെ... ഞാനും മുത്തശ്ശിയെപോലെ ഒന്നും മിണ്ടാണ്ടിരിക്കണമെന്നാണോ പറയണത്."

"മുത്തശ്ശിയെപോലെ വേണമെന്നൊന്നും പറയുന്നില്ല. എന്റെ അച്ഛനെപോലെ ഒരിക്കലും പ്രഭാകർ പെരുമാറില്ല. നിനക്കു നന്നായിട്ടു സംസാരിക്കാനറിയാം. ബന്ധോം ഉപേക്ഷിച്ചു വന്നിട്ട് മുത്തശ്ശിയെപ്പോലെ ഒറ്റയ്ക്കിരിക്കാനാണോ പുറപ്പാട്..."

"അച്ഛാ മുത്തശ്ശിയെയും എന്നെയും ഒരുമിച്ചു കാണണ്ട... അവരോടു സ്നേഹോം അടുപ്പോം കാണിക്കാത്തതുകൊണ്ടാണ് മുത്തശ്ശി അന്നു മിണ്ടാതിരുന്നത്. എന്നാൽ മുത്തശ്ശിക്ക് ഇപ്പം എന്റെ പ്രായത്തിലായിരുന്നാൽ പണ്ടത്തെപ്പോലെ എല്ലാം സഹിച്ച് മിണ്ടാതിരിക്കില്ല."

"അതൊന്നും എനിക്കറിയില്ല. ഏതായാലും നീ കുറച്ചുകാലംകൂടി ക്ഷമിക്ക്. അവനെ നിന്റെ വഴിക്ക് തിരിച്ചുകൊണ്ടുവരാൻ നോക്കണം. അതിനൊക്കെ ഓരോ ഭാര്യമാര് എന്തെല്ലാം സാഹസം കാട്ടുന്നു. കുടിക്കണത് വലിയ കുറ്റമാ? അതൊന്നും നിനക്കു കണ്ടോണ്ടിരിക്കാൻ പറ്റില്ലെങ്കിൽ അവനെ നിന്റെ വഴിക്കു കൊണ്ടുവരണം. ഇപ്പഴത്തെ രീതിയൊക്കെ മാറ്റിയെടുക്കണം."

"വെറും കുടി മാത്രമല്ല... അതിനപ്പുറം ചില കൂട്ടുകെട്ടുകളും ഉണ്ടെന്നാതോന്നുന്നത്."

“അങ്ങനെ എന്തെങ്കിലും തോന്നിയെന്നു പറഞ്ഞ് അതിന്റെ പേരിൽ പിരിയണമെന്നൊക്കെ പറയണതു നടക്കുമോ. അരുണാ നീ കുറച്ചുകൂടി ശ്രമിച്ചുനോക്ക്... നിന്നോടവനു കൂടുതൽ സ്നേഹം തോന്നാൻ കുറച്ചുകൂടി സമയം കൊടുക്ക്, അല്ലെങ്കിൽ അവനും വാശി തോന്നും...”

അരുണ കുറച്ചു നേരം മിണ്ടാണ്ടിരുന്നു.

‘ഈ കുട്ടിക്ക് ഇത്രേം ബുദ്ധിമുട്ടുകളുണ്ടോ’ എന്ന് അതെല്ലാം കേട്ടപ്പോൾ സരോജിനിക്കു തോന്നി.

“കുറച്ചു കൂടി സമാധാനപ്പെട് അരുണ... പഴയകാലത്തെ പണം പ്രശസ്തി ഇതിലെല്ലാം വിശ്വാസമുള്ള സ്ത്രീയാണ് നീ. ഇതുപോലെ ഡൈവോഴ്സിന്റെ കാര്യമൊക്കെ പറഞ്ഞാ എന്റെ അമ്മ ഞെട്ടിപ്പോകും.”

“അങ്ങനെയൊന്നുമില്ല. നിങ്ങളേക്കാളും മുത്തശ്ശിക്ക് എന്നെ നന്നായിട്ടറിയാം.”

“അറിയായിരിക്കും. എന്നാലും നടുക്കം തോന്നും. കുറച്ചു കാലംകൂടി ക്ഷമിക്ക്. എന്നിട്ടു നോക്കാം. അവന് ഒരു മാറ്റവും കാണുന്നില്ലെങ്കിൽ അപ്പം നമുക്ക് മറ്റെന്തെങ്കിലും ആലോചിക്കാം.”

ആ പ്രാവശ്യവും പിന്നെയും ഒന്നു രണ്ടു തവണ ഇത്തരം സമാധാനപ്പെടുത്തൽ കേട്ട് അരുണ ഭർത്താവിന്റെ വീട്ടിലേക്കു മടങ്ങിപ്പോയി. പിന്നെ ഒരു ദിവസം പെട്ടെന്നു മുറിയിലേക്കു വന്ന് കൈയിൽ പിടിച്ചുകൊണ്ടു പറഞ്ഞു.

“എനിക്കൊരു സമാധാനോം ഇല്ല മുത്തശ്ശി... എനിക്കിതൊന്നും സഹിക്കാൻ പറ്റുന്നില്ല. എത്ര ശ്രമിച്ചിട്ടും അവന്റെ അഹങ്കാരം കൂടുകയാണ്. ആത്മാഭിമാനം എന്നൊന്നില്ലേ? കണ്ട പെണ്ണുങ്ങളുമായിട്ടാ ആ മനുഷ്യന്റെ കൂട്ട്. പിന്നെ എന്റെ സൗന്ദര്യം കണ്ട് സംശയം. ആരോടൊക്കെ സംസാരിച്ചു. എവിടെപ്പോയി... എന്തിനു പോയി...”

അവൾ ദുഃഖം പുറത്തു കാട്ടാതെ പറഞ്ഞു.

“എനിക്കു ചെലപ്പോ എന്താ തോന്നണതെന്നറിയാമോ മുത്തശ്ശി... സത്യത്തിൽ അങ്ങനെ ഏതെങ്കിലും പരിചയക്കാരന്റെ കൂടെ ഓടിപ്പോയാലോ എന്നുവരെ തോന്നുവാ...”

അരുണ ഇതെല്ലാം സ്വന്തം അമ്മയോടു പോലും പറഞ്ഞിട്ടുണ്ടാവില്ലെന്ന് സരോജിനിക്കു തോന്നി.

“അരുണ മുത്തശ്ശിയെപ്പോലെ തന്നെ ഇരിക്കുന്നു സ്വഭാവത്തില്.”

ശങ്കർ പറഞ്ഞ ഈ വാചകം ഓർമ്മ വന്നു. പെട്ടെന്നവളുടെ മനസ്സിന്റെ ജാലകം തുറന്ന പോലെ.

അഞ്ച്

അമ്പതു വർഷത്തെ ഇടവേള അറിഞ്ഞില്ല. സരോജിനിയുടെ കണ്ണുകൾ തിടുക്കത്തോടെ പഴയ കാഴ്ചകൾ കണ്ടു.

സരോസി പതിവുപോലെ അടുക്കളയിൽ തന്നെ. ഇഡ്ഡലിപാത്രം അടുപ്പിൽ കയറ്റിവെച്ചിട്ട് തിരുമ്മിവെച്ചിരുന്ന തേങ്ങ ആട്ടുകല്ലിൽ ഇട്ട് ചട്ണിയ്ക്ക് അരയ്ക്കാൻ തുടങ്ങി. ഇന്നു വെള്ളിയാഴ്ച. രാവിലെ എണ്ണ തേച്ച് കുളിച്ച് ഈറനായ മുടി കെട്ടിവയ്ക്കാതെ ചുരുൾ ചുരുളായി തോളു നിറഞ്ഞു കിടന്നു.

അടുത്ത അര മണിക്കൂറിനുള്ളിൽ എല്ലാവരും രാവിലത്തെ കാപ്പിയും പലഹാരവും കഴിക്കാൻ കൂട്ടമായി വരും. നാത്തൂൻ ലക്ഷ്മി കല്യാണപ്രായമായി നിൽക്കുകയാണ്. അടുക്കളയിൽ ജോലിക്കൊക്കെ സഹായിക്കേണ്ട പ്രായമാണെങ്കിലും വരില്ല.

'കല്യാണം കഴിഞ്ഞാ പിന്നെ ഏതെങ്കിലും വീട്ടിൽ പോയി കഷ്ടപ്പെടണം. ഇവിടെ ഇരിക്കുന്നതുവരെ അവൾ ഒന്നും ചെയ്യേണ്ട. ഇവിടെ എന്താ ജോലി ചെയ്യാൻ ആളില്ലേ' എന്ന് ഒരു തവണ അമ്മായിയമ്മ അലറി, ലക്ഷ്മിയോട് കുറച്ചു തേങ്ങ തിരുമ്മി തരാൻ പറഞ്ഞപ്പോൾ.

അമ്മായിയമ്മ പറയുന്നതു സത്യമാണെന്ന് സരോസിക്കും തോന്നി. എല്ലാ പെണ്ണുങ്ങളും കല്യാണത്തിനുശേഷം ചക്കുമാടിനെപ്പോലെ പണിയെടുക്കണം എന്നാണ് തലയിലെഴുത്തെങ്കിൽ അതുവരെ ഒന്നും ചെയ്യണ്ട എന്ന കനിവു തോന്നി. ഇപ്പോഴെല്ലാം ലക്ഷ്മി എന്തെങ്കിലും സഹായിക്കാൻ വന്നാലും സരോസി അതു സ്നേഹത്തോടെ വേണ്ടാന്നു പറയും. ഭർത്താവിന്റെ സഹോദരന്മാർ കല്യാണം കഴിച്ച് അവരുടെ പെണ്ണുങ്ങൾ വരുമ്പോൾ തന്റെ ജോലി കുറയുമെന്ന് അവൾക്കു തോന്നി.

"അല്ലെങ്കിൽ എനിക്കൊരു മകൻ വന്നതിനുശേഷം..."

പെട്ടെന്ന് അവൾ അരയ്ക്കു കൈതാങ്ങി നിന്നു. ഇന്നലെ രാത്രി ജംബുലിംഗം വന്നുനിന്ന കാഴ്ചയും പിന്നെ നടന്നതും ഓർത്തപ്പോൾ അവളുടെ മുഖം ചുവന്നു.

ജംബുലിംഗം രാത്രി വൈകി വരുന്നത് പതിവായിരിക്കുന്നു. മദ്യപിച്ച് വെളിവില്ലാതാകുന്ന ദിവസങ്ങളിലെല്ലാം കൂട്ടുകാരൻ ദിനകരനാണ് കൊണ്ടു

വരുന്നത്. താങ്ങിപ്പിടിച്ച് നടത്തി ഒരുവിധം കൊണ്ടുവന്ന് കിടക്കയിൽ കിടത്തിയിട്ട് ദിനകരൻ ക്ഷമ ചോദിക്കുന്ന മട്ടിൽ 'ഇന്ന് കൊറച്ചധികമായി പ്പോയി...' എന്നു പറഞ്ഞ് തന്റെ മുഖത്തേക്കു പോലും നോക്കാതെ ഇറങ്ങി പോകുന്നതും പതിവാണ്.

ഇന്നലെയും കിടപ്പുമുറിയോടു ചേർന്ന ഇടനാഴിയിൽ പാതിരാവോളം അവൾ കാത്തിരുന്നു ഭക്ഷണം പോലും കഴിക്കാതെ. ജംബുലിംഗത്തെ ദിന കരൻ കൊണ്ടുവന്നപ്പോൾ ഇവനാണ് എന്നും കുടിപ്പിക്കുന്നതെന്നോർത്ത് ദേഷ്യം വന്നു. കിടക്കയിൽ കിടത്തിയിട്ട് പതിവുപോലെ അവൻ ക്ഷമ പറ യാൻ തുടങ്ങിയപ്പോൾ സഹിക്കവയ്യാതെ അവൾ പറഞ്ഞു.

"വേണ്ട... അറിയാവുന്ന കാര്യത്തെപ്പറ്റി കൂടുതൽ വിശദീകരിക്കണ്ട."

ദേഷ്യത്തിലുള്ള അവളുടെ സംസാരം കേട്ട് ദിനകരൻ തല കുനിച്ചു.

"ഇവർക്ക് ഈ സ്വഭാവം ഉണ്ടാക്കിക്കൊടുത്തിട്ട് നിങ്ങളു നല്ലപിള്ള ചമ യാൻ നോക്കുവാണോ..."

അവൻ പെട്ടെന്നു തല പൊക്കി അവളെ നോക്കി. പിന്നെ സ്വയം സമാ ധാനിപ്പിക്കുന്നപോലെ പറഞ്ഞു.

"ഇക്കാര്യവും ഞാനും തമ്മിൽ ബന്ധമില്ല. കുടിക്കണ ശീലവും എനി ക്കില്ല. ജംബുവിന് ഈ ശീലം എങ്ങനെ വന്നു എന്നതല്ല അവനെ ഇതിൽ നിന്നു മാറ്റിയെടുക്കുക എന്നതാണ് പ്രധാനം. ഞാൻ എത്ര വട്ടം പറഞ്ഞിട്ടും അവൻ കേൾക്കണില്ല. അവനെ മാറ്റിയെടുക്കേണ്ടത് നിങ്ങളാണ്. ജംബു എവിടെയെങ്കിലും കുടിച്ചു കിടക്കുന്നു എന്നറിയിക്കുമ്പോൾ പോയി അവനെ കൂട്ടി വീട്ടിലെത്തിക്കാനെ എനിക്കു പറ്റൂ..."

ഇവൻ പറയുന്നതു വിശ്വസിക്കാൻ പറ്റില്ല എന്ന മട്ടിൽ സരോസി ദേഷ്യ ത്തോടെ ദിനകരനെ നോക്കി. സരോസി തന്നെ ശ്രദ്ധിക്കുന്നതു കണ്ട് അവൻ സങ്കോചത്തോടെ പറഞ്ഞു.

"എനിക്ക് എന്തു പറയാൻ പറ്റും? പെണ്ണുങ്ങളു പറയുന്നതു കേൾക്കുന്ന ആളാണെങ്കിൽ?"

പിന്നെ അവൻ അല്പം വിഷമത്തോടെ തുടർന്നു.

"അനുസരിപ്പിക്കുന്ന രീതിയിൽ ചെയ്യേണ്ടതൊക്കെ നിങ്ങടെ കഴിവ്."

"എങ്ങനെ?... അവര് അവരുടെ ഇഷ്ടത്തിനാ നടക്കണത്. എന്തു കാര്യം ചോദിച്ചാലും മറുപടി പറയില്ല. ചക്കുമാടിനെപ്പോലെ പണിയെടുത്ത് ഞാൻ എത്ര തളർന്നിരുന്നാലും..."

അവൾ പെട്ടെന്നു നിറുത്തി. കൂടുതൽ പരിചയമില്ലാത്ത ഒരുത്തന്റെ മുമ്പിൽ ഞാൻ എന്തിനാ സ്വന്തം മനസ്സുരുകുന്ന കാര്യങ്ങൾ പറയുന്നതെ ന്നോർത്ത് നാണം തോന്നി.

ദിനകരൻ അവളുടെ മുഖത്തേക്കു തലയുയർത്തി നോക്കി. ആ നോട്ടത്തിൽ സഹതാപമോ പരിഹാസമോ എന്താണെന്നവൾക്കു മനസ്സിലായില്ല. അവൻ പറഞ്ഞു:

"ഈ പ്രശ്നത്തിൽ എങ്ങനെ എന്തു ചെയ്യണമെന്നറിയില്ല. എന്നാ എന്താണെങ്കിലും നിങ്ങളാണ് ചെയ്യേണ്ടത്. കാരണം അവന്റെ ഈ സ്വഭാവം നിങ്ങളെയാണ് ബാധിക്കുക."

ഇതു പറഞ്ഞിട്ട് കൂടുതൽ അവിടെ നിൽക്കാതെ ദിനകരൻ പുറത്തേക്കു പോയി.

അവൾ കതകടച്ചുകൊണ്ട് കട്ടിലിനടുത്തേക്കു വന്നു.

ജംബുലിംഗം കൂർക്കം വലിച്ച് ഉറങ്ങുകയാണ്. തടിച്ച ശരീരവും ബോധം കെട്ടുള്ള കിടപ്പും കണ്ടിട്ട് അവൾക്കു വെറുപ്പു തോന്നി.

"അവനെ ശരിപ്പെടുത്തിയെടുക്കേണ്ടത് നിങ്ങളാണ്."

"ദൈവമേ, എങ്ങനെയാണ് ഞാനതു ചെയ്യേണ്ടത്."

അവൾ കുറെ നേരം ആ രൂപത്തെ, പെട്ടെന്ന് അന്യനായി തോന്നിയ ആ മനുഷ്യനെ നോക്കിക്കൊണ്ടു നിന്നു. വിശപ്പുകൊണ്ട് വയറു വലിക്കുന്നു. അവനെ എഴുന്നേല്പിച്ച് ഭക്ഷണം കഴിക്കാൻ പറഞ്ഞാലോ. ഇല്ല... അവൻ വലിയ കട്ട പോലെ കിടന്നുറങ്ങുകയാണ്. കുടിച്ചിട്ടു വന്ന് ഇങ്ങനെ ബോധമില്ലാതെ കിടക്കുന്നത് ഒരുതരത്തിൽ സമാധാനമായി തോന്നി. ആകെ ഇളകി പറിഞ്ഞുപോകുന്ന തന്റെ ശരീരത്തിനു വിശ്രമം കിട്ടുമല്ലോ. അതുകൊണ്ട് പലപ്പോഴും ഇങ്ങനെ വന്നു കിടക്കുമ്പോൾ കിടക്കട്ടെ എന്നു തോന്നും. അമ്മായിഅമ്മ പറഞ്ഞതുപോലെ ഇതൊന്നും കണ്ടില്ലെന്നു നടിക്കാൻ ശീലിക്കണം എന്നോർത്തപ്പോൾ സമാധാനം തോന്നി.

എന്നാൽ എത്ര നാൾ ഇങ്ങനെ പോകുമെന്ന് ഓർത്ത് കൂടെക്കൂടെ പേടി തോന്നും. അവനും അവന്റെ ഭാര്യയായ എനിക്കും എന്തു സംഭവിക്കും.

"നിങ്ങളാണ് അവനെ മാറ്റിയെടുക്കേണ്ടത്. കാരണം അവന്റെ ഈ ശീലം നിങ്ങളെയാണ് ബാധിക്കുന്നത്..."

ആ വാചകം കേട്ടപ്പോൾ അടിവയറ്റിൽ ആധി പോലെ തോന്നി. കല്യാണം കഴിഞ്ഞ് ഇത്രേം വർഷം കഴിഞ്ഞിട്ടും ഞങ്ങളു തമ്മിലുള്ള സ്നേഹം എങ്ങനെയായിരുന്നുവെന്ന് ദിനകരനറിയില്ല. ഒരു കുഞ്ഞു പിറന്നിരുന്നെങ്കിൽ ഈ അവസ്ഥയൊക്കെ മാറിപ്പോകുമെന്നു തോന്നി.

"എന്തു ചെയ്യണമെന്നറിയില്ല, ഏതായാലും നിങ്ങളാണ് മാറ്റിയെടുക്കേണ്ടത്..."

എങ്ങനെ? ഭർത്താവു പറയുന്നതെല്ലാം വാമൂടി നിന്നു കേൾക്കുന്നതാണ് എന്റെ ശീലം. അല്ലാതെ ഞാൻ പറയുന്നത് അവൻ കേൾക്കാനോ.

"എന്താ ചേടത്തി ഇനിയും പലഹാരം ആയില്ലേ."

"ദേ റെഡിയായി കഴിഞ്ഞു" എന്ന് ലക്ഷ്മിയോട് പറയുന്നതിനിടയിൽ ആട്ടുകല്ലിൽ നിന്ന് ചട്ടിനി എടുത്തു പാത്രത്തിലാക്കി.

"ചേടത്തി, ദേ ചേട്ടൻ വിളിക്കുന്നു."

ലക്ഷ്മി പറഞ്ഞപ്പോൾ ഇപ്പോ ഈ സമയത്ത് എന്തിനാ വിളിക്കുന്നതെന്നോർത്ത് സങ്കോചപ്പെട്ടു. അവൾ സംശയത്തോടെ അമ്മായിയമ്മയെ നോക്കി.

"പോയി എന്താന്നു ചോദിച്ചിട്ട് പെട്ടെന്നു വാ..." എന്ന് അമ്മായിയമ്മ ധൃതി കൂട്ടി.

ഈറൻകൈ മുണ്ടിന്റെ അറ്റത്തു തുടച്ചിട്ട് സരോസി ജംബുലിംഗം കിടക്കുന്ന മുറിയിലേക്കു ചെന്നു. വാതിൽക്കൽ അവളെ കണ്ടയുടനെ 'കതകടയ്ക്ക്... വെളിയിൽ നിന്നുള്ള ശബ്ദം കേട്ടിട്ട് തലവേദനയെടുക്കുന്നു'വെന്ന് ജംബുലിംഗം.

അവൾ കതകടച്ചിട്ട് കട്ടിലിനടുത്തേക്ക് അല്പം ശങ്കയോടെ ചെന്നു.

"എന്താ ശരീരത്തിനു സുഖമില്ലേ."

"അവിടെ നിന്നു ചോദിച്ചാ എങ്ങനെയാ... നീ ഈ തലയൊന്നു തടവിക്കൊട്..."

അമ്മായിയമ്മയ്ക്കു പൂജയ്ക്കുള്ള സമയമായി. അതിനെല്ലാം ഒരുക്കിവെയ്ക്കണം എന്നോർമ്മിച്ചുകൊണ്ട് അവൾ കട്ടിലിൽ ഇരുന്നു. ഇന്നലെ അധികം കുടിച്ചതുകൊണ്ടുള്ള തലവേദനയാ. പക്ഷേ, അക്കാര്യം എങ്ങനെ ചോദിക്കണമെന്നറിയാതെ പരുങ്ങി.

പെട്ടെന്ന് അവൻ അവളെ ഇറുക്കിപ്പിടിച്ച് കട്ടിലിൽ കിടത്തി.

"എന്താ... ഇപ്പം എന്തിനാ..." എന്നു പറഞ്ഞ് അവൾ ശബ്ദിക്കാൻ തുടങ്ങിയപ്പോൾ മുതുകിൽ നല്ലൊരടി വീണു.

"കൊച്ചിനെ പെറാൻ നിന്റെ ശരീരത്തിനു കരുത്തില്ലെങ്കിലും ഇതിനെങ്കിലും നിന്നെ ഉപയോഗിക്കണ്ടേ."

അതു കേട്ടപ്പോൾ കാരണമറിയാതെ അവളുടെ കണ്ണു നിറഞ്ഞു. പ്രകാശം മങ്ങുന്നപോലെ.

പത്തു മിനിറ്റോളം നരകവേദന അനുഭവിപ്പിച്ചിട്ട് 'കട്ട... ശരിയായ മരക്കട്ട" എന്നു മുറുമുറുത്തുകൊണ്ട് അവൻ പിടിവിട്ടു. അവന്റെ അതൃപ്തി അവസരമായെടുത്ത് പെട്ടെന്നവൾ എഴുന്നേറ്റ് മുടി കെട്ടിവെച്ചു.

"അമ്മയ്ക്ക് പൂജയ്ക്ക് എല്ലാം എടുത്തുവെയ്ക്കണം" എന്നു പറഞ്ഞുകൊണ്ട് അവൾ പുറത്തേക്കു കടക്കാൻ വെപ്രാളപ്പെടുന്നതു കണ്ട് ജംബുലിംഗം ചോദിച്ചു.

"പലഹാരമൊക്കെ കഴിച്ചിട്ട് നീ ഒന്നുകൂടി വരാമോ."

അവൾ അതിനു മറുപടി പറയാതെ കതകു തുറന്ന് നേരെ അടുക്കളയിലേക്കു നടന്നു.

ഭർത്താവിന്റെ സഹോദരന്മാർക്ക് ഇഡ്ഡലി വിളമ്പി കൊടുക്കുന്നതിനിടയിൽ അമ്മായിയമ്മ അവളെ തല തിരിച്ചു നോക്കി.

"എന്താടീ... ഇത്രേം നേരം."

അവളതു കേട്ട് വിളറി.

"അവർക്ക് തലവേദനയാണെന്ന്... മരുന്നു തടവി കൊടുക്കാൻ പറഞ്ഞു."

അവൾ പറഞ്ഞത് അമ്മായിയമ്മയ്ക്കു വിശ്വാസമായില്ല.

"ദേ, നോക്ക്... പൂജാമുറിയിലേക്കു കയറണതിനു മുമ്പ് പോയി കുളിക്ക്."

ലക്ഷ്മി ചേടത്തിയെ അർത്ഥംവെച്ചു നോക്കുന്നതു കണ്ടുകൊണ്ട് അവൾ കിണറ്റിനടുത്തു ചെന്ന് വെള്ളം തലയിൽ ഒഴിച്ച് കുളിച്ചിട്ട് പൂജയ്ക്കുള്ളതെല്ലാം എടുത്തുവച്ചു. തിരിച്ച് അടുക്കളഭാഗത്തേക്കു വരുമ്പോൾ ജംബുലിംഗം പലഹാരം കഴിച്ചുകൊണ്ടിരിക്കുന്നു. മകനെ കാര്യമായി സൽക്കരിച്ചുകൊണ്ട് അമ്മായിയമ്മ അടുത്തുണ്ട്.

ദിവസങ്ങൾ പലതും കടന്നുപോയത് ഈ രീതിയിലാണ്. ഒരു മാറ്റവുമില്ലാതെ... ജംബുലിംഗം ബോധത്തോടെ ഇരിക്കുന്ന രാവിലെ സമയത്ത് അയാളോടു സംസാരിക്കാൻ പോലും സരോസിക്കു സമയം കിട്ടാറില്ല. 'നിങ്ങൾ കുടിക്കുന്നത് എനിക്കിഷ്ടമല്ല, ശരീരം നശിക്കും, മനസ്സു തകരും' എന്നു പറയണമെന്നാഗ്രഹിച്ചെങ്കിലും ജോലിത്തിരക്കുകൊണ്ട് ഒന്നും കഴിഞ്ഞില്ല. താനും ദിശയറിയാതെ എങ്ങോട്ടോ ഒഴുകിപ്പോകുകയാണെന്ന് അവൾക്കു തോന്നി.

ഏതോ സത്യം നിറവേറ്റുന്നതുപോലെ ദിനകരൻ ജംബുലിംഗത്തെ രാത്രി കൂട്ടിക്കൊണ്ടു വരുന്നതു തുടർന്നു. ദിനകരനോട് അവൾക്കു സഹതാപം തോന്നി.

"നിങ്ങൾക്കിതൊരു പതിവുജോലിയായി മാറി' എന്നൊരിക്കൽ അവ നോടു പറഞ്ഞു.

"ഭർത്താവിനെ തിരുത്താൻ എനിക്കറിയില്ല. എന്റെ കുറ്റം കൊണ്ടായിരിക്കും" എന്നും അവൻ കേൾക്കേ പറഞ്ഞപ്പോൾ "നിങ്ങളുടെ ഭാഗത്ത് ഒരു തെറ്റുമില്ല" എന്നായിരുന്നു അവന്റെ മറുപടി. സരോസിയെ ആപാദചൂഡം നോക്കിക്കൊണ്ട് ദിനകരൻ പറഞ്ഞു.

"ജംബു ഒരു മടയൻ, സ്വന്തം കഴിവിനെപ്പറ്റി മനസ്സിലാക്കാത്തവൻ."

അവന്റെ നോട്ടത്തിൽ നിഴലാടിയ സംശയം അവൾ അന്ന് ആദ്യമായി ശ്രദ്ധിച്ചു.

ആറ്

"എന്താമ്മേ... ഇന്നു കുളിയും പൂജയുമൊന്നും ഇല്ലേ..."

ചോദ്യം കേട്ടപ്പോഴാണ് സരോജിനി ഓർമ്മകളിൽ നിന്നുണർന്നത്.

അടുത്ത് നളിനി നിൽക്കുന്നു.

"എന്തു പറ്റി... സുഖമില്ലേ."

"ഏയ് ഒന്നുമില്ല"

സരോജിനി എഴുന്നേറ്റു.

"ദിവസവും ഈ നേരത്തിനകം കുളിച്ച് പൂജയൊക്കെ കഴിയുന്നതല്ലേ."

"അതൊക്കെ കഴിഞ്ഞാലും വെറുതേ ഇരിക്കുവല്ലേ. ഇന്ന് കുറെ നേരം വെറുതെ ഇരുന്നിട്ട് അതൊക്കെ ആരംഭിക്കാമെന്നു വിചാരിച്ചു. വേറെ ജോലിയൊന്നുമില്ലാത്തതുകൊണ്ട് എപ്പം ചെയ്താലും എനിക്ക് ഒരു പോലെ."

നളിനിയോടൊപ്പം വീടിനകത്തേക്കു കയറുമ്പോൾ അവളെ ശ്രദ്ധിച്ചു കൊണ്ട് സരോജിനി ചോദിച്ചു.

"അരുണയെപ്പറ്റിയുള്ള ചിന്തയായിരിക്കും നിനക്ക്."

അതു കേട്ടിട്ടും നളിനി ആദ്യം മിണ്ടിയില്ല. പിന്നെ തന്നത്താൻ പറഞ്ഞു. "ശരിയാ... എങ്ങനെയാ വെഷമിക്കാതിരിക്കുക..."

സരോജിനിക്ക് അത് ഇഷ്ടമായില്ല. എങ്കിലും പുറത്തുകാട്ടാതെ ലോഹ്യത്തോടെ സൂചിപ്പിച്ചു.

"അവള്ളു പറയണതും സത്യമാ നളിനി... ഇതിലു നമ്മളു വെഷമിക്കേണ്ട ഒരു കാര്യവുമില്ല."

"എനിക്കു അമ്മയെ മനസ്സിലാക്കാനേ പറ്റുന്നില്ല."

നളിനി പരിഭവപ്പെട്ടു.

"ഇതു നോക്ക്... ബന്ധം വേർപെടുത്താതെ മറ്റു വഴിയില്ലെന്ന തീരുമാനമെടുത്തിട്ട് ഒരു വർഷമായി. ഇപ്പം അതു കിട്ടിയപ്പോൾ എന്തിനാ വെഷമം. ഇത്രേം നാളും കാത്തിരുന്ന കാര്യം നടന്നപ്പോൾ..."

“നാണക്കേടു തന്നെ. എന്റെ കൂട്ടുകാരുടെ ആരുടേം വീട്ടിൽ ഒരു പെൺകുട്ടിക്കും ഈ അവസ്ഥ ഉണ്ടായിട്ടില്ല...”

“അതിനു നമ്മളെന്തു ചെയ്യാൻ പറ്റും? ആ പ്രഭാകർ ഇങ്ങനെയുള്ളവ നായിരിക്കുമെന്നു നമ്മളു വിചാരിച്ചോ.”

നളിനിയുടെ മുഖത്ത് വിഷമവും അസ്വസ്ഥതയും നിറയുന്നതു ശ്രദ്ധിച്ചു.

“അവൻ നല്ലവൻ ഇവളാണ് മോശം എന്ന മട്ടിൽ പലരും സംസാ രിക്കും.”

“ആഹാ... സംസാരിക്കട്ടെ... അതു ശരി ഇതു തെറ്റ് എന്നൊക്കെ പറ യാൻ ആർക്കാ അവകാശം. ഇതു നോക്ക് നളിനി, നമ്മടെ പെണ്ണിന്റെമേല് നമുക്കു വിശ്വാസമില്ലെങ്കി പിന്നെ ലോകമേ വിശ്വസിക്കില്ല” എന്നു പറഞ്ഞു നടക്കുന്നതിനിടയിൽ ഇതൊരു വല്ലാത്ത ലോകം എന്ന് സരോജിനിക്കു തോന്നി. മുറിയിലേക്കു കയറുന്നതിനു മുമ്പ് അവർ വീണ്ടും നളിനിയെ ഓർമ്മിപ്പിച്ചു.

“മനസ്സിനു പിടിക്കാത്ത ഒരുത്തനോടൊപ്പം വെറുപ്പു സഹിച്ച് ഒരുമിച്ചു കഴിയുന്നതാണ് തെറ്റ്. അപ്പം മനസ്സുപോലും സ്വസ്ഥമാകില്ല. കുരങ്ങാട്ടം ആടും. എന്തു വേണമെങ്കിലും ചെയ്തു പോകും. തെറ്റും ശരിയും തിരിച്ച റിയില്ല.”

നളിനി സംശയത്തോടെ അവരെ നോക്കി.

“ഇപ്പം ആ ശങ്കറിന്റെ ഒപ്പം ചുറ്റണത് ശരീന്നാണോ പറയുന്നത്.”

“അരുണ ഒരു തവണ കെണിയിൽ വീണവളാ... ഏതാണ് ശരിയെന്ന് അവളു നന്നായിട്ടു മനസ്സിലാക്കിയിട്ടുണ്ട്. അവൾക്ക് ഇതുവരെ കല്യാണ മായിട്ടില്ലെന്നു നീ വിചാരിച്ചാ മതി...”

“ഈ കല്യാണം തൊലഞ്ഞു പോയതിനുതന്നെ കാരണം ആ ശങ്ക റാണ്...”

“അല്ല... അവൻ പരിചയക്കാരനാകുന്നതിനു മുമ്പേ അതു തകർന്നതാ... നീ അതു ശ്രദ്ധിച്ചില്ലെന്നു മാത്രം...”

കൂടുതൽ സംസാരിക്കാൻ നിൽക്കാതെ കുളിക്കാനായി കയറി. ഇവൾക്കു ഞാൻ പറയണതൊന്നും മനസ്സിലാകുന്നില്ലെന്ന് സരോജിനിക്കു തോന്നി.

ഗീസറിന്റെ ടാപ്പ് തുറന്നപ്പോൾ ചൂടുവെള്ളം കൈയിൽ വീണു. ശരീര ത്തിൽ നാലഞ്ചു കപ്പ് ചൂടുവെള്ളം വീണപ്പോൾ ഒരു സുഖം. ഇപ്പം എല്ലാ സുഖങ്ങളും പോവുകയാണ്. ശരീരത്തിനു പ്രായമേറുന്നു. അതോർത്ത പ്പോൾ ചിരി വന്നു. മകരമാസത്തിലെ തണുപ്പത്തുപോലും കിണറ്റിലെ തണുത്ത വെള്ളത്തിലായിരുന്നു പുലർച്ചെയ്ക്കു കുളി. മറ്റുള്ളവർക്കെല്ലാം

പുറത്തെ അടുപ്പിൽ വലിയ ചെമ്പുപാത്രത്തിൽ വെള്ളം തിളപ്പിച്ചിടും. അമ്മായിയമ്മ എഴുന്നേറ്റാലുടൻ കുളിക്കാൻ ധൃതി വയ്ക്കും. അതുകൊണ്ട് അതിനുമുമ്പേ വെള്ളം ചൂടാക്കണം.

ഇരുട്ടു മാറിയിട്ടുണ്ടാവില്ല. അടുക്കള ജോലി കുറച്ചു തീർത്തിട്ടാണ് ധൃതിവച്ച് കുളിക്കാൻ ഓടുന്നത്. എന്നിട്ട് ഈറൻ തുണിയോടെ തണുത്തു വിറച്ച് പൂജാമുറിയിലേക്കു പോകുന്ന കാഴ്ച സരോജിനിയുടെ മനസ്സിൽ ഇപ്പോഴുമുണ്ട്. എന്നെപ്പറ്റി അപ്പം ആരെങ്കിലും ആലോചിച്ചിട്ടുണ്ടാവുമോ?

എന്റെ കഷ്ടപ്പാടുകളെപ്പറ്റി ആർക്കെങ്കിലും അറിയാമായിരുന്നോ... അതിനെപ്പറ്റി എന്തെങ്കിലും എന്നോടു ചോദിച്ചിട്ടുണ്ടോ...

പെട്ടെന്ന് ആരോ പിടിച്ചുനിറുത്തിയതുപോലെ വെള്ളം ഒഴിച്ചുകൊണ്ടിരുന്ന കൈ നിന്നു. ഓർമ്മകൾ ആകെ പട്ടം കറക്കുന്നപോലെ.

ഒരു ദിവസം ജംബുലിംഗം വീട്ടിലേക്കു വരാൻ വളരെ വൈകി. ഭക്ഷണം കഴിക്കാതെ കാത്തിരുന്ന അവൾ ക്ഷീണിച്ച് കിടപ്പുമുറിയോടു ചേർന്നുള്ള ഇടനാഴിയിൽ നിലാവെളിച്ചത്തിൽ കിടന്നുറങ്ങിപ്പോയി. രാവിലെ കണ്ണു തുറന്നപ്പോൾ വെൽവെറ്റു മെത്തയിൽ കിടക്കുന്നു. അടുത്ത് ജംബുലിംഗം ബോധം തെളിയാതെ കിടപ്പുണ്ട്. അവൾക്കു സംശയം തോന്നി.

വണ്ടി വന്നു നിന്നപ്പോൾ ഞാൻ പുറത്തു തറയിൽ കിടന്നുറങ്ങുന്നതു കണ്ട് ജംബുലിംഗം എടുത്ത് കട്ടിലിൽ കിടത്തിയതാണോ. എങ്കിൽ എന്നെ ശല്യപ്പെടുത്താതെ മരക്കട്ടപോലെ അവൻ കെടന്നുറങ്ങിപ്പോയതെന്താ...

പതിവുപോലെ താലി കണ്ണിൽ തൊട്ട് എഴുന്നേറ്റ് ഭർത്താവിനെ വണങ്ങി പുറത്തേക്കിറങ്ങുമ്പോൾ സരോസിക്കു സന്തോഷം തോന്നി. ഭാര്യ വരാന്തയിൽ കിടക്കണ്ടാന്നു കരുതിയായിരിക്കും എന്നെ കിടക്കയിൽ എടുത്തു കിടത്തിയത്.

നല്ല ഇരുട്ടാണ്. അന്ന് കുറച്ചധിക സമയം കിണറ്റിൻകരയിൽ നിന്നും കുളിച്ചു. ഈറൻമുണ്ടോടെ പൂജാമുറിയിൽ വിളക്കു കത്തിച്ചു കോലമിട്ട് പുറത്തേക്കു വരുമ്പോൾ ആരോ കിണറ്റിനടുത്തു നിൽക്കുന്നതു ശ്രദ്ധിച്ചു. വെട്ടം വീണു തുടങ്ങിയിട്ടില്ല. അവൾ പെട്ടെന്ന് ഈറൻ മാറ്റി നല്ല മുണ്ടുടുത്ത് വീണ്ടും കിണറിന്റെ അങ്ങോട്ടു നോക്കി. ദിനകരൻ അവിടെ നിന്നു മുഖം കഴുകുകയാണ്. ഇവനിപ്പോൾ ഈ സമയം ഇവിടെ എങ്ങനെ വന്നു? മുഖം കഴുകി വലതുകൈയുടെ വശംകൊണ്ട് തുടച്ചുകൊണ്ട് സരോസിയെ കണ്ട് ചിരിച്ച് അവൻ അടുത്തേക്കു വന്നു.

“ഇന്നലെ രാത്രി വരാൻ വൈകിപ്പോയി. ഭയങ്കര ക്ഷീണം തോന്നിയതുകൊണ്ട് ഞാൻ ഇവിടെ കെടന്ന് ഉറങ്ങി... ശരി പോട്ടേ...”

അവൻ തിടുക്കപ്പെട്ടു.

"എവിടയാ കിടന്നത്... ഞാൻ കണ്ടില്ലല്ലോ..." എന്നവൾ ലേശം കിത പ്പോടെ ചോദിച്ചു.

"മുറിക്കു പുറത്ത്... വരാന്തയിൽ... പോട്ടേ..."

അവൻ തല കുനിച്ചു.

അതു കേട്ട് സരോസിയുടെ മുഖം ചുവന്നു. സ്വയം സമാധാനിപ്പിച്ചു കൊണ്ടവൾ പറഞ്ഞു.

"ചുക്കുകാപ്പി ഇട്ടു തരാം... കുടിച്ചിട്ടു പോ..."

"വേണ്ട... സമയമായി" എന്നു പറഞ്ഞുകൊണ്ട് അവൻ ലക്ഷ്മീദേവി യെപ്പോലെ സുന്ദരിയായ സരോസിയെ ശ്രദ്ധിച്ചു.

"പാതിരാത്രിയിൽ നല്ല നിലാവത്ത് പെണ്ണുങ്ങളു വരാന്തയിലൊക്കെ ഒറ്റയ്ക്കു കിടക്കണതു ശരിയല്ല. രാവിലെ കിണറ്റിൻകരയിൽ ഒറ്റയ്ക്കു നിന്നു പച്ചവെള്ളത്തിലുള്ള കുളിയും... എല്ലാം വല്ല അസുഖോം ഉണ്ടാക്കും..."

നാണത്തോടെ അവളുടെ കവിളുകൾ ചുമന്നു തുടുത്തു. ഞാൻ കുളി ക്കണത് ഇവൻ കണ്ടിട്ടുണ്ടാവുമെന്നോർത്തപ്പോൾ നെഞ്ചു പടപടച്ചു. അവൾ ആ വെഷമത്തോടെ ദിനകരനെ നോക്കി. അവനും തന്നെ നോക്കി നിൽക്കുന്നു. ചെറുതായി ചിരിച്ചുകൊണ്ടവൾ പറഞ്ഞു.

"ഈ ശരീരത്തില് അസുഖമൊന്നും പിടിക്കില്ല..."

"അത്രയ്ക്ക് അങ്ങ് ഉറപ്പിക്കണ്ട. നിന്റെ ശരീരം നീ ശ്രദ്ധിച്ചില്ലെങ്കിൽ അതു നോക്കാൻ ഇവിടെ വേറെ ആരുമുണ്ടാവില്ലെന്ന് എനിക്കറിയാം."

അതു പറഞ്ഞ് അവൻ തിരിഞ്ഞുനോക്കാതെ നടന്നു പോയി. കിതപ്പു മാറാതെ അവൾ അടുക്കളയിലേക്കു കയറി. ദിനകരൻ മുന്നിൽ വന്നതും അയാളോടു സംസാരിച്ചതും തെറ്റായിപ്പോയെന്നു തോന്നി. എന്നാൽ സഹ താപത്തോടെയുള്ള ആ നോട്ടവും ശാന്തമായ സംസാരവും ഇളംകാറ്റു പോലെ മനസ്സിനെ തൊട്ടു.

എന്റെ ബുദ്ധികെട്ടു പോയി. ഇന്നലെ രാത്രി ഇവനായിരിക്കും എന്റെ ശരീരത്തിൽ തൊട്ട് കട്ടിലിൽ എടുത്തു കൊണ്ടുപോയി കിടത്തിയത്. ഇന്ന് ഞാൻ കുളിക്കുന്നത് അവൻ നോക്കി നിന്നു കണ്ടിരിക്കുമോ? അവനെന്തൊ ക്കെയോ മനസ്സിൽ വെച്ചുകൊണ്ട് എന്നോടു വലിയ മര്യാദ കാണിച്ചു സംസാ രിക്കുന്നതാണോ? ഛേ! ഞാനിത്ര വിഡ്ഢിയായിപ്പോയല്ലോ, ഇപ്പം തന്നെ ഇവിടെയുള്ള പ്രശ്നങ്ങൾ പോരാഞ്ഞിട്ടാണോ...

ജോലി ചെയ്തുകൊണ്ടിരിക്കുമ്പോൾ അവൾ ഇക്കാര്യമെല്ലാം ആലോ ചിച്ചു. ഇന്നേതായാലും സമയം കിട്ടുമ്പോൾ ജംബുലിംഗത്തോടു ചോദിക്കണം. ഇങ്ങനെ കുടിക്കണതു നല്ലതാണോ, ശരീരോം മാനവും

തുലയ്ക്കണോ... കണ്ടവന്മാരെല്ലാം നമ്മടെ കിടപ്പുമുറിയിൽ കടന്നു വരുന്നതും നിങ്ങളു ബോധമില്ലാതെ കിടക്കണതും അന്യനൊരാൾ ഭാര്യ യുടെ ശരീരത്തിൽ തൊടുന്നതുമൊക്കെ ശരിയാണോയെന്നു ചോദിക്കണം.

അന്ന് പതിവില്ലാതെ ജംബുലിംഗം ഉച്ചയ്ക്ക് ഊണു കഴിക്കാൻ വന്നു. ഊണു കഴിഞ്ഞ് വിശ്രമിക്കും. അപ്പം അടുത്തു ചെന്ന് ഇതൊക്കെ ചോദിക്കാം. എന്നാൽ അവനെ താനുമായി അടുക്കാൻ സമ്മതിക്കാതെ അമ്മായിയമ്മ യാണ് ചോറു വിളമ്പി കൊടുത്തത്. ഊണു കഴിഞ്ഞ് കൈ കഴുകിയ ഉടനെ അവര് വണ്ടിയിൽ കയറിപ്പോയി. വില്ലുവണ്ടിയുടെ ചിലങ്ക ശബ്ദം കേട്ട പ്പോഴാണ് അവൾക്കിതു മനസ്സിലായത്. പോകണ്ടാന്ന് അമ്മായിയമ്മ പറ ഞ്ഞോന്നറിയില്ല. ഏതെങ്കിലും വീട്ടിൽ വല്ല മരണമോ മറ്റെന്തെങ്കിലും വിശേ ഷമോ ഉണ്ടെങ്കിൽ ജംബുലിംഗത്തോടൊപ്പം അമ്മായിയമ്മയും വണ്ടിയിൽ പോകും. അവളോട് വരുന്നുണ്ടോന്നു പോലും ഇതുവരെ ചോദിച്ചിട്ടില്ല. എന്നാൽ എവിടയാ പോണതെന്ന് അമ്മായിയമ്മ പറയാറുണ്ട്. താനിവിടെ ഉണ്ടെന്നുള്ള ചിന്ത പോലുമില്ലാതെ ജംബുലിംഗം ഇറങ്ങിപ്പോയപ്പോൾ അവൾക്കു വിഷമം തോന്നി.

ഞാൻ ഈ വീട്ടിൽ എല്ലാവർക്കും വേണ്ടി വെച്ചുവിളമ്പാനും ഭർത്താവു വിളിക്കുമ്പോൾ ചെന്ന് കെടന്നുകൊടുക്കാനും മാത്രമുള്ളവളാണെന്നു വിചാ രിച്ച് മനസ്സു വിങ്ങി.

“കല്യാണം കഴിഞ്ഞിട്ട് പത്തു വർഷമാകുന്നു. രാവിലെ മുതൽ രാത്രി വരെ വീട്ടുജോലി മുഴുവൻ ചെയ്യുന്നു. ഒരു ദിവസം അടുക്കളേൽ ഞാനി ല്ലെങ്കിൽ ഈ വീടെങ്ങനെയിരിക്കുമെന്നു കാണാം. നിങ്ങക്കും നിങ്ങടെ അമ്മയ്ക്കും എപ്പോഴും എന്നോടു ദേഷ്യമാ... നിങ്ങടെ ഭാര്യയായിപ്പോയ തുകൊണ്ടാ ഈ കഷ്ടപ്പാടു സഹിച്ച് ചിരിച്ച മുഖത്തോടെ ഇവിടെ കഴിയ ണത്. ഞാൻ ഒരു പൊട്ടിയാ നിങ്ങൾക്കു മനസ്സിലായില്ലേ...” എന്നെല്ലാം രാത്രി ചോദിക്കണമെന്നു തീരുമാനിച്ചു.

രാത്രി ജംബുലിംഗം വൈകിയാണെത്തിയതെങ്കിലും കൂടെ ദിനകരനു ണ്ടായിരുന്നില്ല. ഇന്നധികം കുടിച്ചു വെളിവു കെട്ടിട്ടില്ലെന്നു തോന്നി. വിശപ്പും ഉറക്കവും സഹിക്കാൻ വയ്യാതെ സരോസി ചോദിച്ചു,

“ഭക്ഷണം കഴിച്ചോ.”

“കഴിച്ചു...”

“കൊറച്ചു നേരത്തെ വന്നാലെന്താ...”

അവൾ സ്നേഹത്തോടെ ചോദിച്ചു.

അവൻ കട്ടിലിൽ ഇരുന്നപ്പോൾ അല്പം കൊഞ്ചലോടെ സരോസി പറഞ്ഞു.

"നിങ്ങളു വരാനായി ഞാൻ വെശന്നു കാത്തിരിക്കുവായിരുന്നു."

"അത്രയ്ക്കു നീ വെഷമിക്കണ്ട. ഇനി കാത്തിരിക്കേണ്ട ആവശ്യവുമില്ല. അതിനൊക്കെ വേറൊരുത്തി ഇവിടെ വരാൻ പോവോണ്."

ജംബുലിംഗം പുച്ഛത്തോടെ പറഞ്ഞു.

"അമ്മ കുളിച്ചോ."

പുറത്ത് നളിനിയുടെ ശബ്ദം.

"ശബ്ദം പോലും കേൾക്കുന്നില്ലല്ലോ. എത്ര നേരമായി കുളിമുറി കേറീട്ട്."

നളിനിയുടെ ശബ്ദമാണ് സരോജിനിയെ ഉണർത്തിയത്.

ഏഴ്

കുളി കഴിഞ്ഞ് ഡ്രെസ്സു ചെയ്ത് സരോജിനി മുറിയിൽ ഇരുന്നു, അരുണ വരാനായി. എന്നാൽ ഉച്ചയുറക്കവും കഴിഞ്ഞ് എഴുന്നേറ്റപ്പോഴാണ് അരുണ മടങ്ങിയെത്തിയത്. മുഖം അല്പം കനത്തിരുന്നെങ്കിലും ഉത്സാഹം ഒട്ടും കുറഞ്ഞിട്ടില്ല. 'ഹലോ മുത്തശ്ശി' എന്നു പറഞ്ഞ് ചിരിച്ചോണ്ട് അടുത്തേക്കു വന്നു.

"എനിക്ക് ഇവിടെ അമേരിക്കൻ എംബസിയുടെ ഓഫീസിൽ ജോലി ശരിയായിട്ടുണ്ട്."

"നല്ലത്... അപ്പം സിനിമയ്ക്കു പോകേണ്ടതു തന്നെ..."

അരുണ അതുകേട്ട് കെട്ടിപ്പിടിച്ചുകൊണ്ടു പറഞ്ഞു.

"മറന്നിട്ടില്ല. ടിക്കറ്റൊക്കെ നേരത്തെ വാങ്ങിച്ചോണ്ടു വന്നിട്ടുണ്ട്."

"ശങ്കറും വരുന്നുണ്ടോ?"

"ഇല്ല. നമ്മളു രണ്ടു പേരും മാത്രം" എന്നു പറഞ്ഞ് അവൾ മുത്തശ്ശിയുടെ മുഖത്തേക്കു തമാശയോടെ നോക്കി.

"ഏയ്, എന്താ ചോദിച്ചത്."

"ചുമ്മാ... നിങ്ങളു ചെറുപ്പക്കാരു പോവുകയാണെങ്കിൽ ഞാൻ എന്തിനാന്നു വെച്ചാ..."

ഈ മുത്തശ്ശി ആളു മോശക്കാരിയല്ല എന്ന മട്ടിൽ അവരെ നോക്കി അരുണ ചിരിച്ചോണ്ടു പറഞ്ഞു.

"നമ്മൾ രണ്ടു സ്ത്രീകൾ പോകുമ്പോൾ ഒരാണെന്തിനാന്നാ ശങ്കർ ചോദിച്ചത്... അതാ വരാത്തത്..."

"അവൻ ഒരു വല്ലാത്ത പുള്ളി തന്നെ" എന്നു പറഞ്ഞ് സരോജിനി ചിരിച്ചു.

"നീ പോയി കുറച്ചു വിശ്രമിച്ച് ടിഫിനൊക്കെ കഴിച്ച് തയ്യാറാക്... ഞാനും റെഡിയാകാം."

"എനിക്കു കാപ്പി മാത്രം മതി" എന്ന് മുരുകൈയനോടു വിളിച്ചു പറഞ്ഞിട്ടവൾ കസേര നീക്കിയിട്ടിരുന്നു.

"അമ്മ എവിടെപ്പോയി മുത്തശ്ശി?"

"എനിക്കറിയില്ല. ഇന്നവളുടെ കൂട്ടുകാരികളുടെ വീട്ടിൽ ചിട്ടി നറുക്കെടുപ്പും പാർട്ടിയുമുണ്ടെന്നു തോന്നുന്നു."

"ഈ അമ്മയ്ക്കു വേറെ ഒരു പണിയുമില്ല. ഇനി ചിട്ടി ചേർന്നിട്ടു വേണ്ടേ പണം സമ്പാദിക്കാൻ."

മുരുകൈയൻ കൊണ്ടുവന്ന കാപ്പി ഒരു കവിൾ കുടിച്ചിട്ട് അവൾ പറഞ്ഞു.

"ഓരോരുത്തരെപ്പറ്റി പൊങ്ങച്ചം പറച്ചിലെല്ലാം അമ്മേടെ ഇത്തരം കമ്പനികളിലാ. സ്വന്തം അന്തസ്സിനെപ്പറ്റി പൊങ്ങച്ചം കാട്ടാനാ ഇതൊക്കെ."

"ഇന്നു പോണില്ലാന്നാ നളിനി പറഞ്ഞോണ്ടിരുന്നത്... പിന്നെ പലതവണ ഫോൺ വന്നു."

"ഞ്ഹാ... പോണില്ലാന്നു പറഞ്ഞതിന്റെ കാരണമറിയില്ലേ... എന്റെ കാര്യത്തെപ്പറ്റി അവിടെ എല്ലാവരും ചോദിക്കുമോന്നു പേടിച്ചാ... നാണം. നാട്ടിലു വലിയ നിലയും വിലയുമുള്ള ആളാണെങ്കിലും അമ്മേടെ മനസ്സു വലുതായിട്ടില്ലെന്നാ എനിക്കു തോന്നണത്. പേടിയാ, പിന്നെ നാണവും. അതാ ഇങ്ങനെ വേഷം കെട്ടണ സ്വഭാവമായിപ്പോയത്.

സരോജിനി അതുകേട്ട് സ്നേഹത്തോടെ അരുണയുടെ കൈയിൽ തട്ടി.

"നമ്മള് സ്ത്രീകളൊക്കെ കളിപ്പിക്കപ്പെട്ടവരാണെന്നാ എനിക്കു തോന്നണത്... യാഥാർത്ഥ്യങ്ങൾ പലപ്പോഴും അറിയുന്നില്ല... മുത്തശ്ശീടെ അഭിപ്രായം എന്താ."

"അറിയാം കണ്ണാ. പെണ്ണുങ്ങൾക്ക് പെണ്ണുങ്ങളോടു തന്നെ കരുണയില്ല - അതാ എന്റെ അനുഭവം."

"അതു തന്നെ. എനിക്കു ക്ഷമയും സാവകാശവുമില്ലാത്തതുകൊണ്ടാ ഇങ്ങനെ ഭർത്താവിനെ വിട്ടു വന്നത് എന്നൊന്നും അമ്മയുടെ കൂട്ടുകാരികൾ പറയാൻ പോണില്ല. അതേ സമയം ഞാനാണു കുറ്റക്കാരിയെന്ന് അവർക്കു മനസ്സിൽ തോന്നും."

അരുണയുടെ അഭിപ്രായങ്ങൾ ഇഷ്ടമായതുപോലെ പറഞ്ഞു.

"മറ്റു സ്ത്രീകൾ നിന്നെപ്പറ്റി എന്തു വിചാരിക്കുന്നു എന്നതൊന്നും വലിയ കാര്യമല്ല കണ്ണാ... നിന്റെ ഭാഗത്ത് ഒരു കുഴപ്പവും ഉണ്ടായിരിക്കരുത്. നീ എടുത്ത തീരുമാനം ശരിയാണോ തെറ്റാണോയെന്ന് ഇപ്പോ നിനക്കുതന്നെ സംശയമുള്ളതുപോലെ തോന്നുന്നു..."

"അങ്ങനെ ഒരു സംശയവും എനിക്കില്ല മുത്തശ്ശി"

"അപ്പം ചുമ്മാ അതൊന്നും ഓർത്ത് വിഷമിക്കണ്ട. ജോലിയൊക്കെയായി ശമ്പളമൊക്കെ വാങ്ങിച്ചു ജീവിക്കുമ്പോൾ അതെല്ലാം മാറിക്കൊള്ളും. ഇപ്പം

നിന്നെ കുറ്റപ്പെടുത്താൻ നാക്കു വളയ്ക്കുന്നവരു പോലും അപ്പം അതൊക്കെ മറന്നു പോകും. ...പോ... പോയി മുഖമൊക്കെ കഴുകി നല്ല ഡ്രെസ്സൊക്കെ യിട്ട് മിടുക്കിയായിട്ടു വാ..."

ഇതിനു മറുപടിയായി അരുണ ചിരിച്ചെങ്കിലും അവളുടെ മുഖത്ത് ഒരു ദുഃഖഛായ തോന്നി.

അവൾ എഴുന്നേറ്റു പോയപ്പോൾ 'ഈ കുട്ടി അവളുടെ പഴയ ജീവിതം മുഴുവൻ മറക്കണം' എന്നു മനസ്സിൽ പറഞ്ഞു. ബുദ്ധിക്ക് എപ്പഴും ജോലി കൊടുക്കുന്ന എന്തെങ്കിലും പണിയിൽ മുഴുകിയാൽ നമ്മൾ സ്വന്തം പ്രശ്ന ങ്ങൾ മറന്നുപൊയ്ക്കോളും അല്ലെങ്കിൽ ബുദ്ധി ഓരോന്നു വെറുതേ തോന്നി പ്പിച്ച് നമ്മെ പിശാചാക്കും.

പുറത്തു പോകാൻ തയ്യാറായി ജനലരുകിലുള്ള കസേരയിൽ വന്നിരി ക്കുമ്പോൾ സരോജിനിക്കു ചിരി വന്നു. മുമ്പിൽ പഴയ സരോസി വിഡ്ഢി യെപ്പോലെ തലകുനിച്ചു നിൽക്കുകയാണ്. അകത്ത് ജംബുലിംഗം പുതിയ ഭാര്യയുമായി സംസാരിച്ചുകൊണ്ടിരിക്കുന്നു. അവളുടെ പേര് രത്തിനം. ആ പേരേ സരോസിക്കു പിടിച്ചില്ല. ഏതോ നൃത്തക്കാരിയുടെ പേരുപോലെ. എന്നാൽ കണ്ടാൽ ആ ലക്ഷണമൊന്നുമില്ല. അവളുടെ മാറ് തേങ്ങാമുഴു പ്പിൽ തടിച്ചു നിന്നു. അതായിരിക്കും ജംബുലിംഗത്തിന്റെ കണ്ണിൽപെട്ടതെന്ന് വെറുപ്പോടെ വിചാരിച്ചു. രത്തിനത്തിന്റെ ഭാഗ്യം. ജംബുലിംഗം ഇപ്പോഴെല്ലാം വീട്ടിലേക്കു നേരത്തേ എത്തും. വീട്ടിലുള്ള സമയമെല്ലാം കിടപ്പുമുറിയുടെ കതകടച്ച് പുതിയ ഭാര്യയോടൊപ്പം ഇരിക്കും. രത്തിനത്തിന് ഇത്രയെല്ലാം ആവശ്യമാണെന്ന് അവൾക്കു തോന്നി. നേരത്തെ തന്നോടു കാണിച്ച അകൽച്ചയൊന്നും ജംബുലിംഗത്തിന് ഇവളോടില്ല. രാവിലെ തനിക്ക് ഉണ്ടാ കാറുള്ള ക്ഷീണമൊന്നും രത്തിനത്തിനുള്ളതായി കണ്ടിട്ടില്ല, ഇവൾ വല്ല കിങ്കരവംശമായിരിക്കുമെന്നു തോന്നി.

ഒരു കൊച്ചിനെ പെറ്റു കൊടുക്കണമെന്നാണ് പുതിയ മരുമകൾക്കു കൊടുത്തിരിക്കുന്ന നിർദ്ദേശമെന്നു അമ്മായിയമ്മ പരിചയക്കാരോടു പറഞ്ഞ് ചിരിക്കും. അപ്പോഴും സരോസി പതിവുപോലെ തന്റെ അടുക്കളജോലിയി ലായിരിക്കും. കുടുംബത്തിന് ഒരു അവകാശിയെ പെറ്റു തരാൻ കൊണ്ടുവ ന്നതായതുകൊണ്ട് പുതിയ മരുമകളെ അടുക്കള ജോലിയൊന്നും ചെയ്യി ക്കാതിരിക്കാൻ അമ്മായിയമ്മയും മകനും പ്രത്യേകം ശ്രദ്ധിക്കുന്നുണ്ട്. ഒരു പക്ഷേ, കല്യാണം കഴിഞ്ഞ് അവൾ ഒരു വണ്ടി നിറയെ സമ്മാനങ്ങൾ കൊണ്ടുവന്നതും ഇതിനു കാരണമായിരിക്കുമെന്നു തോന്നി.

സരോസി ധൃതിവെച്ച് അടുക്കളജോലി ചെയ്യുകയാണ്. ഇനി ഒരു തേങ്ങാ കൂടി തിരുമ്മിയാലെ ചട്ട്ണിക്കു മതിയാകൂ. തേങ്ങാ ഉടച്ച് നിവർന്നപ്പോൾ

ജംബുലിംഗം വാതിക്കൽ വന്നു നിൽക്കുന്നതു കണ്ടു. കാരണം അറിയാതെ നെഞ്ചു പെടച്ചു. അയാളെ നേരിൽ കണ്ടിട്ടുതന്നെ ദിവസങ്ങൾ കഴിഞ്ഞിരുന്നു. രത്തിനം വന്നതിനുശേഷം ആ നീലനിറമുള്ള വെൽവെറ്റു മെത്തയുടെ സ്പർശം ഉണ്ടായിട്ടില്ല. രാത്രി മറ്റുള്ളവരോടൊപ്പം നാലുകെട്ടിലെ തറയിലാണ് കിടന്നിരുന്നത്. ജംബുലിംഗത്തിന്റെ വരവൊന്നും കാത്തിരിക്കേണ്ട ആവശ്യമില്ലാത്തതുകൊണ്ട് ജോലി തീർന്ന് ആഹാരം കഴിച്ചാലുടൻ ക്ഷീണം കൊണ്ട് ഉറങ്ങിപ്പോകും. എന്താ ഈ മാറ്റം എന്നാരും ചോദിച്ചിട്ടില്ല. എന്നാൽ ഏതോ രീതിയിൽ താൻ കബളിക്കപ്പെട്ടതുപോലെ അപമാനിക്കപ്പെട്ടതു പോലെ തോന്നും.

ജംബുലിംഗത്തിന്റെ മുണ്ടിന്റെ വീതിയുള്ള കസവും അതിനു താഴെ അവന്റെ വലിയ കാല്പാദങ്ങളും നോക്കി.

"ഞാൻ ഇവിടെ വന്നു നിൽക്കണത് അറിയില്ലേ..."

ദേഷ്യത്തിൽ അവൻ ഗർജ്ജിച്ചു.

"രത്തിനത്തിന് ഇടുപ്പെല്ലാം വേദന... എണ്ണ പുരട്ടി തടവി നല്ല ചൂടുവെള്ളത്തിൽ ഒന്നു കുളിപ്പിച്ചു വിട്..."

അതുകേട്ട് വെപ്രാളംകൊണ്ടും അപമാനംകൊണ്ടും അവളുടെ മുഖം ചുവന്നു.

"ഇവിടെ ഒരുപാടു ജോലി കെടക്കുന്നു..."

അവൾ മുറുമുറുത്തു.

"ഇപ്പോ എല്ലാരും പലഹാരം കഴിക്കാനെത്തും. ചട്ണി ഇതുവരെ ഉണ്ടാക്കിയിട്ടില്ല... ഞാൻ മരഗതത്തെ അയയ്ക്കാം."

മെല്ലെ അവൾ അതു പറഞ്ഞുതീർന്നില്ല അതിനു മുമ്പേ ജംബുലിംഗം ദേഷ്യത്തോടെ മുമ്പോട്ടു കുതിച്ചു വന്ന് കരണത്തടിച്ചു.

"വേലക്കാരിയെ വിളിക്കാൻ എനിക്കറിയാമ്മേലേ... നിന്നോടു പറഞ്ഞപ്പോ അവളുടെ കാര്യം പറയുന്നോടീ... കുളിമുറിയിൽ അവളിപ്പം വരും. നിന്റെ അമ്മേടെ ജോലി അതൊക്കെ എവിടെയെങ്കിലും കൊണ്ടുപോയി കുഴിച്ചിട്... മൂധേവി."

സരോസി എന്നിട്ടും പോകാൻ മടിച്ചു നിന്നു. അതു കണ്ട് ദേഷ്യത്തോടെ ജംബുലിംഗം സരോസിയെ പിടിച്ചുവലിച്ച് കുളിമുറിയിലേക്കു കൊണ്ടുപോയി. കുളിമുറിയിൽ രത്തിനം ഇരുപ്പുണ്ടായിരുന്നു. അവൾക്കൊരു ക്ഷീണവും വേദനയും ഉള്ളതായി തോന്നിയില്ല. തന്നെ കണ്ടയുടനെ മുണ്ടും ബ്ലൗസുമെല്ലാം ഊരിക്കളഞ്ഞ് അവൾ പൂർണനഗ്നയായി സ്റ്റൂളിൽ ഇരുന്നു. വേദനയെന്നൊക്കെ പറഞ്ഞത് ഇവളുടെ സൂത്രമാണെന്നു മുഖം

കണ്ടപ്പോഴേ മനസ്സിലായി. തനിക്ക് ഈ വീട്ടിലുള്ള അധികാരവും സാമർത്ഥ്യവും കാണിക്കാനാണ് അവളുടെ നാടകമെന്നു തോന്നി. അടിവയറ്റിൽനിന്ന് സരോസിക്ക് ആധിയെടുത്തു. കുളിമുറിയിലെ അടുപ്പിൽ തളച്ചുകിടക്കുന്ന വെള്ളം കൊരി അവളുടെ തടിച്ചുകൊഴുത്ത മുലകളിലേക്ക് ഒഴിക്കാനാണ് തോന്നിയത്.

"**പോ**വാം മുത്തശ്ശീ..."

സരോജിനി ശബ്ദം കേട്ട് സ്വബോധത്തിലേക്കു വന്നു.

"എന്താ മുത്തശ്ശി മുഖമെല്ലാം ചുവന്നിരിക്കുന്നത്..."

അരുണ തിരക്കി.

"ഒന്നുമില്ലടീ... വാ..." എന്നു പറഞ്ഞ് സന്തോഷത്തോടെ എഴുന്നേറ്റു.

എട്ട്

അരുണ വേഗത്തിൽ വണ്ടി ഓടിച്ചുകൊണ്ടിരുന്നു. സരോജിനി റോഡിലേക്കു നോക്കിയിരുന്നെങ്കിലും മനസ്സിൽ ഓർമ്മകൾ തിക്കി തിരക്കുകയായിരുന്നു.

"എന്താ മുത്തശ്ശി വലിയ ആലോചന."

അരുണ കളിയാക്കുന്ന മട്ടിൽ ചോദിച്ചു.

"ങ്ഹാ... ഇനി ഞാനെന്ത് ആലോചിക്കാനാ..."

സരോജിനി ദീർഘനിശ്വാസത്തോടെ പറഞ്ഞെങ്കിലും അരുണ വിട്ടുകൊടുക്കാൻ ഭാവമില്ല.

"എന്താ ആലോചിക്കാൻ പാടില്ലേ... വേറെ ജോലി തിരക്കൊന്നും ഇല്ലല്ലോ..."

"അതും ശരിയാ..."

സരോജിനി അവളെ നോക്കി ചിരിച്ചു.

"പക്ഷേ, എന്റെ ഓർമ്മകളെല്ലാം ഒരു കാര്യവുമില്ലാത്തതാണ്. അതുകൊണ്ട് ആർക്കും ഒരു പ്രയോജനവുമില്ല. അർത്ഥമില്ലാത്തത്."

"എന്നാ ആ അർത്ഥമില്ലാത്ത ഓർമ്മകളെല്ലാം എന്നോട് പറയ്..."

അതുകേട്ട് ചിരിച്ചുപോയി.

"അങ്ങനെ പറയാനൊന്നുമുള്ള ഓർമ്മകളല്ല അതൊന്നും. ഏതോ ചിതറലുകൾ. സിനിമാരംഗം പോലെ പെട്ടെന്നു തുണ്ടുതുണ്ടായി ഓർക്കും."

അരുണ അതു ശ്രദ്ധിച്ചുകൊണ്ട് കാറോടിക്കുകയാണ്. സരോജിനിക്കു സഹതാപമാണു തോന്നിയത്. ആർക്ക് ആരോടു സഹതാപം.

"പഴയ കാര്യമെല്ലാം ഓർമ്മിക്കുമ്പോൾ മുത്തശ്ശിക്ക് ഇപ്പോ എന്തു തോന്നും. ദേഷ്യം വരുമോ അതോ ദുഃഖമോ..."

"ഒന്നും തോന്നാറില്ല. ഏതോ സിനിമാപടം കാണുന്ന മറ്റൊരാളെപോലെ തോന്നും."

"അന്ന് മുത്തശ്ശി എന്താ ഒന്നും മിണ്ടാതെ വായും പൂട്ടി ഇരുന്നത്."

"എന്തിന്"

"മുത്തച്ഛൻ കാണിച്ചു കൂട്ടിയ തോന്ന്യവാസങ്ങൾക്കെല്ലാം" സരോജിനി ക്ഷീണിച്ച സ്വരത്തിൽ പറഞ്ഞു.

"വേറെ വഴിയൊന്നുമില്ല കണ്ണാ... എന്തെങ്കിലും സംസാരിച്ചാ അപ്പം മുഖമടച്ച് അടി വീഴും. പിന്നെ ചോറും കിട്ടില്ല... അല്ലെങ്കിൽ സ്വന്തം വീട്ടി ലേക്കു തിരിച്ചയയ്ക്കും... വീട്ടിൽ തിരിച്ചുചെന്നാ ചേട്ടന്മാരുടെ ഭാര്യമാരുടെ കുത്തുവാക്കുകൾ കേൾക്കണം. ഞാൻ ഗതിപിടിക്കാത്തവളാണെന്നു നാട്ടു കാരു മുഴുവൻ വിചാരിക്കും. അതിനേക്കാൾ ഭേദം അടിയോ ഇടിയോ എന്താ ണെങ്കിലും സഹിച്ച് ഭർത്താവിന്റെ വീട്ടിൽ തന്നെ ഇരിക്കണതാന്നു തോന്നി..."

"എന്ത് അപമാനമുണ്ടായാലും..."

നശിച്ചവൾ എന്ന അലർച്ച. ഇവളുടെ കഴുത്തില് ബെൽറ്റിട്ടു കെട്ടിയാലോ എന്നു ജംബുലിംഗത്തിന്റെ അട്ടഹാസം. തുണി ഉടുക്കാതെ ശരീരം മുഴു വൻ കാണിച്ച് മുമ്പിലിരുന്നവളുടെ കളിയാക്കിയുള്ള ചിരി. എല്ലാം സരോ ജിനിയുടെ മുമ്പിലേക്കു വന്നു... എന്ത് അപമാനമുണ്ടായാലും സഹിക്കുക തന്നെ.

"ഞാൻ അമ്പതുവർഷം കഴിഞ്ഞ് ജനിച്ചത് ഭാഗ്യം മുത്തശ്ശി..." അരുണ ചിരിച്ചു.

സരോജിനി പിന്നെ ഒന്നും പറഞ്ഞില്ല.

തിയേറ്ററിൽ എത്തിയ ഉടനെ വണ്ടി നിറുത്തി സരോജിനിയുടെ കൈയിൽ പിടിച്ചുകൊണ്ടാണ് അരുണ അകത്തേക്കു നടന്നത്.

നല്ല തിരക്ക്. സരോജിനി ആ തിരക്കും ബഹളവും കൗതുകത്തോടെ നോക്കി നടന്നു.

തന്നെപ്പോലെ ഭാഷയറിയാത്ത ആരെങ്കിലും ഈ കൂട്ടത്തിലുണ്ടോ എന്നോർത്തപ്പോൾ ചിരിക്കാൻ തോന്നി.

"ഭാഷ അറിയാത്തവർ കൂടി ഇംഗ്ലീഷ് പടമെന്നു കേട്ടാൽ വരും. ഇംഗ്ലീ ഷാവുമ്പോൾ എന്തൊക്കെയോ രസമുള്ള രംഗങ്ങളുണ്ടാവുമെന്നു വിചാ രിക്കും."

സരോജിനി ആ തിരക്കിൽ അരുണ പറയണതൊന്നും ശരിക്കു കേട്ടില്ല.

അകത്ത് സീറ്റിൽ ചെന്നിരുന്നപ്പോഴേക്കും ലൈറ്റുകൾ അണഞ്ഞു. പര സ്യങ്ങൾ തുടങ്ങി. പടം തുടങ്ങിയപ്പോ എന്താണ് പല രംഗങ്ങളിലും നട ക്കുന്നതെന്ന് അരുണ പറഞ്ഞു കൊടുത്തു. അതു മറ്റുള്ളവർക്കു ശല്യമാ കുന്നുവെന്നറിഞ്ഞപ്പോൾ നിറുത്തി.

47

സരോജിനിക്കു സത്യത്തിൽ വിശദീകരണമൊന്നും ആവശ്യമുണ്ടായിരുന്നില്ല. കഥാപാത്രങ്ങളുടെ മുഖഭാവം കണ്ട് കഥ മനസ്സിലാക്കി. കല്യാണം കഴിഞ്ഞ് ഭർത്താവിനോടൊപ്പം സ്നേഹത്തോടെ കഴിയുന്ന ഒരു പെണ്ണ് എന്നിട്ടും അവൾ മറ്റൊരു സുഹൃത്തുമായി ശാരീരികമായി ബന്ധപ്പെടുന്നു. അതറിഞ്ഞിട്ടും അവളുടെ ഭർത്താവ് വഴക്കുണ്ടാക്കുന്നില്ല. ഇങ്ങനെ രംഗങ്ങൾ നീണ്ടു.

ഇടവേള സമയത്ത് അരുണ പറഞ്ഞു.

"ഇതൊക്കെ ആ രാജ്യങ്ങളിൽ മാത്രം നടക്കും. ഇവിടെ നേരെ തിരിച്ചാ. ഭർത്താവിന് എന്തു വേണമെങ്കിലുമാവാം. ഭാര്യ മറ്റൊരാളിനോടു കൂടുതൽ സംസാരിച്ചാ മതി സംശയിക്കും."

"അവളടെ ഭർത്താവ് ഭാര്യയോടു നല്ല സ്നേഹത്തിലാണല്ലോ. പിന്നെന്താ അവളു വേറൊരുത്തന്റെ കൂടെ പോണത്."

അരുണ ചിരിച്ചുകൊണ്ട് സ്വകാര്യമായി പറഞ്ഞു.

"അവനെക്കൊണ്ട് അവൾക്കു തൃപ്തി കിട്ടാത്തതുകൊണ്ടായിരിക്കും."

അതു കേട്ടപ്പോൾ നാണത്തോടെ സരോജിനിയുടെ മുഖം ചുവന്നു. എന്തെല്ലാമോ ഓർമ്മകൾ മനസ്സിൽ നിഴലാട്ടം നടത്തുന്നപോലെ. പെട്ടെന്ന് അരുണ എന്തോ ശ്രദ്ധിച്ച് വെപ്രാളപ്പെടണത് സരോജിനി കണ്ടു. കസേരയിൽ പിടിച്ചിരുന്ന അവളുടെ കൈകൾ മുറുകി. അവൾ നോക്കുന്നിടത്തേക്കു ശ്രദ്ധിച്ചു.

പ്രഭാകർ ഒരു പെണ്ണിന്റെ തോളിൽ കൈയിട്ടുകൊണ്ട് കുറച്ചപ്പുറം ഇരിക്കുന്നു. അവർ വലിയ സന്തോഷത്തിലാണ്. എന്തൊക്കെയോ തമ്മിൽ സംസാരിക്കുന്നുണ്ട്.

ഇതിന് അരുണ എന്തിനാ വെപ്രാളപ്പെടണത്. അവനുമായുള്ള ബന്ധം കഴിഞ്ഞതല്ലേ... പിന്നെ പ്രഭാകർ എവിടെപ്പോയി എങ്ങനെ തുലഞ്ഞാലും നമുക്കെന്താ...

വീണ്ടും പടം തുടങ്ങിയപ്പോൾ അരുണയുടെ ശ്രദ്ധ സ്ക്രീനിലല്ലെന്നു തോന്നി. ജോലിക്കു ചേരുകയോ അല്ലെങ്കിൽ പുറംരാജ്യത്തേക്കു പോകുകയോ ചെയ്താലെ ഇവളുടെ മനസ്സിനു സമാധാനം കിട്ടാൻ പോകുന്നുള്ളൂ.

പടം തീർന്നപ്പോൾ തിയേറ്ററിനകത്ത് നല്ല വെളിച്ചം പടർന്നു.

"തിരക്കു കഴിയട്ടെ... നമുക്കു സാവധാനം പോകാം മുത്തശ്ശി..." എന്നു പറഞ്ഞ് അരുണ സീറ്റിൽ തന്നെ ഇരുന്നെങ്കിലും അവൾ ചുറ്റും നോക്കുന്നുണ്ട്. പ്രഭാകരനും ആ പെണ്ണും ഞങ്ങൾക്കടുത്തുകൂടെ പുറത്തേക്കു പോയി. അതിനുശേഷമാണ് അരുണ എഴുന്നേറ്റത്.

നളിനിയുടെയും അരുണയുടെയും നാണക്കേടിനു വലിയ വ്യത്യാസമില്ലെന്നു തോന്നി.

പുറത്തിറങ്ങി കാറിൽ കേറുന്നതുവരെ രണ്ടു പേരും ഒന്നും സംസാരിച്ചില്ല. വണ്ടി കുറെ നേരം സഞ്ചരിച്ചശേഷണാണ് സ്വയം സമാധാനപ്പെട്ടതുപോലെ അരുണ ചോദിച്ചത്.

"സിനിമ ഇഷ്ടപ്പെട്ടോ മുത്തശ്ശി..."

"ശരിക്കു മനസ്സിലായില്ലെങ്കിലും ഇഷ്ടപ്പെട്ടു. നീ പകുതി കഴിഞ്ഞ് പടം ശരിക്കു കണ്ടില്ലെന്നു തോന്നുന്നു..."

"കണ്ടു..."

"പ്രഭാകറുമായുള്ള ബന്ധമൊക്കെ ഉപേക്ഷിച്ചു വന്നിട്ടും അവനെ കണ്ടപ്പോഴെന്താണ് നീ വെപ്രാളപ്പെട്ടത്."

അവൾ ഒന്നു ഞെട്ടി. പിന്നെ പൊട്ടിച്ചിരിച്ചോണ്ടു പറഞ്ഞു.

"ശ്ശൊ! ഈ മുത്തശ്ശീടെ നോട്ടം ഭയങ്കരം തന്നെ..."

"കണ്ടപ്പോ ലേശം വെപ്രാളപ്പെട്ടു എന്നതു സത്യം. ആ മനുഷ്യൻ എന്നെ നാണംകെടുത്തിയ കാര്യമെല്ലാം അപ്പോളോർത്തു പോയി."

"അതൊക്കെ നീ എങ്ങനെയൊക്കെ മൂടിവെച്ചാലും ചെലപ്പോ തനിയെ പുറത്തു ചാടും... ഇനി അതൊന്നും ശ്രദ്ധിക്കാതെ നീ തല ഉയർത്തി നിൽക്കണം."

"തലയുയർത്തി തന്നെയാ നിൽക്കണത്. അതിനെപ്പറ്റി സംശയിക്കണ്ട... പക്ഷേ, അവനെ പെട്ടെന്നു കണ്ടപ്പോൾ പഴയതൊക്കെ എളുപ്പം മറക്കാൻ പറ്റിയില്ല. ഒരു പെണ്ണിനെ ഒരുത്തൻ ഇങ്ങനെ അപമാനപ്പെടുത്താൻ എന്തധികാരമെന്നു തോന്നും. അപ്പോ അവന്റെ അഹങ്കാരം വകവെച്ചു കൊടുക്കുന്ന എല്ലാത്തിനോടും ദേഷ്യം വരും..."

"എല്ലാ ആണുങ്ങളും അങ്ങനെയല്ല അരുണ. നിന്റെ അമ്മയെ നോക്ക്. അവൾക്കു നിന്റെ ദേഷ്യമൊന്നും മനസ്സിലാവില്ല..."

"ങ്ഹാ... അത് അച്ഛന്റെ ഗുണം. അച്ഛന്റെ കാര്യം ഓർക്കുമ്പോ അദ്ഭുതം തോന്നും. അച്ഛന്റെ അച്ഛൻ മുത്തശ്ശിയെ ഭയങ്കരമായി കഷ്ടപ്പെടുത്തി. അയാളുടെ മകനായിട്ടും അച്ഛൻ ആ സ്വഭാവമൊന്നും ഇല്ലാത്ത ആളായതാണ് അതിശയം."

സരോജിനി മറുപടിയൊന്നും പറയാതെ പുറത്തേക്കു നോക്കിയിരുന്നു.

"ചെലപ്പോ മുത്തച്ഛൻ മുത്തശ്ശിയോട് കാണിക്കുന്ന ക്രൂരതയെല്ലാം കണ്ട് കണ്ട് അച്ഛൻ അവർക്കു നേരെ എതിർസ്വഭാവക്കാരനായി മാറിയതായിരിക്കും... ഇല്ലേ..."

"ആയിരിക്കും" എന്നു താത്പര്യമില്ലാത്ത മട്ടിൽ പറഞ്ഞു.

"നിങ്ങടെ കാലത്ത് അങ്ങനെയൊക്കെ വേണം എന്നു വിചാരിച്ചായിരിക്കും ഭർത്താക്കന്മാര് ഇങ്ങനെയൊക്കെ ആയത്. അത് ഭാര്യമാര് മിണ്ടാതിരുന്നു സഹിക്കുവോം ചെയ്യും. വിവരോം വിദ്യാഭ്യാസവുമില്ലാത്ത പാവം പെണ്ണുങ്ങൾ. എന്നാൽ ഇന്നത്തെ കാലത്ത് അതൊന്നും ആരും വകവെച്ചു കൊടുക്കില്ല."

ഒന്നും പറയാൻ തോന്നിയില്ല. അവൾ സഹതാപത്തോടെ അരുണയെ നോക്കി.

"ഞാൻ പ്രശ്നമൊന്നുമുണ്ടാക്കണ്ട എന്നു കരുതി അങ്ങേയറ്റം ക്ഷമിച്ചു നോക്കിയതാ... ഒറ്റ ദിവസം പോലും ജോലി കഴിഞ്ഞാ സമയത്തിനു വീട്ടിൽ വരില്ല. ചെലപ്പോ ഫ്രെണ്ട്സ് എന്നു പറഞ്ഞ് ഏതെങ്കിലും പെണ്ണിനെ കൂട്ടീട്ടു വരും. എന്നിട്ട് എന്റെ മുമ്പിലുവെച്ചാ അവരുടെ കളിയും ചിരിയും സല്ലപിക്കലുമെല്ലാം. അവന്റെ ഏതെങ്കിലും കൂട്ടുകാര് എന്നോട് കുറച്ചുനേരം സംസാരിച്ചാപോലും സംശയമാ... എനിക്ക് അവരുമായി രഹസ്യബന്ധമുണ്ടെന്നുവരെ പറയും... എങ്ങനെയിരിക്കുന്നു എന്റെ കഥ..."

അരുണ ചിരിച്ചുകൊണ്ടു ചോദിച്ചു. എത്ര തവണ ഇവളിതൊക്കെ പറഞ്ഞിരിക്കുന്നുവെന്നോർത്ത് സരോജിനിക്കു വെഷമം തോന്നി.

"ഇതൊക്കെ എനിക്കറിയാവുന്ന കഥ. അറിയാത്ത കഥയാണ് കേൾക്കേണ്ടത്. ആ ശങ്കറിനോട് സത്യത്തിൽ നിനക്കു വല്ല അടുപ്പവുമുണ്ടായിരുന്നോ... ഇപ്പഴും ഉണ്ടോ..."

"പ്രഭാകർ ചിന്തിക്കണ മട്ടിലൊന്നുമില്ല" അരുണ അല്പം ഗൗരവത്തോടെ പറഞ്ഞു.

"ഇപ്പഴും ഇല്ല. പ്രഭാകർ ഇതിന്റെ പേരിൽ വഴക്കുണ്ടാക്കിയപ്പോൾ അവരോടുള്ള ദേഷ്യം തീർക്കാൻ സത്യത്തിൽ അങ്ങനെയൊരു ബന്ധം ഉണ്ടാക്കിയാലോന്നു വരെ തോന്നിയതാ... അവിടത്തന്നെ ഞാൻ തൊടർന്നു ജീവിച്ചിരുന്നെങ്കിൽ അങ്ങനെയൊക്കെ ആയിപ്പോയേനേ..."

അതുകേട്ട് സരോജിനി ഒന്നു നടുങ്ങി.

ഒമ്പത്

മനസ്സിൽ പൊങ്ങി വന്ന വിഷമത്തോടെ അരി പാറ്റികൊണ്ടിരിക്കുമ്പോൾ കൈകളിലും വിരലിന്റെ അറ്റത്തും വിറയൽ തോന്നി. നെഞ്ചിൽ വേദന നിറയുന്നപോലെ. കുറച്ചപ്പുറം പല്ലാങ്കുഴി കളിച്ചുകൊണ്ടിരിക്കുന്ന ലക്ഷ്മി ഇടയ്ക്കിടെ ശ്രദ്ധിക്കുന്നതു കണ്ടപ്പോൾ സരോസി സ്വയം നിയന്ത്രിക്കാൻ ശ്രമിച്ചു.

ലക്ഷ്മിക്കു കല്യാണമായി. ഇപ്പം പൊങ്കലിനു വന്നതാണ്. വീട്ടിൽ അവളുടെ ചേട്ടനും ചേട്ടന്റെ പുതിയ ഭാര്യയും കാട്ടികൂട്ടുന്ന അട്ടഹാസങ്ങളെല്ലാം ലക്ഷ്മിയും അറിയുന്നുണ്ടാവും. ഇവളേയും മറ്റുള്ളവരേയും സ്വന്തം കൂടപ്പിറപ്പുകളെപ്പോലെ സ്നേഹിച്ചതാണ്. എന്നാൽ ഒന്നിനു പോലും തന്നോടു സഹതാപമില്ല. ഇത് എന്തു നന്ദികെട്ട കൂട്ടം. മിണ്ടാതെ ഇരിക്കുമ്പോൾ ഇങ്ങനെയൊക്കെ നടന്നോളണം എന്ന മട്ടാണ് എല്ലാവർക്കും.

പൊങ്കൽ ആഘോഷത്തിന് ഇനി ഒരാഴ്ചയേയുള്ളൂ. ജോലി ഒന്നും തീർന്നിട്ടില്ല. മരഗതവും അവളുടെ ഭർത്താവ് പൊന്നയ്യനുമല്ലാതെ മറ്റാരുടെ സഹായവും ഇല്ല. അമ്മായിയമ്മയാണെങ്കിൽ അടുക്കളയിലേക്കു തിരിഞ്ഞു നോക്കില്ല.

അടുക്കള ജോലി ചെയ്തുചെയ്ത് നടുവ് ഇളകി പോകുന്നപോലെയായി. ഇതിനിടെ രത്തിനത്തിനുള്ള ശുശ്രൂഷകൾ വേറെ.

"അവളുടെ വായ്ക്കു പിടിക്കുമോ എന്തോ... തിപ്പലി വേരിട്ട് രസംവെച്ച് കൊട് രത്തിനത്തിന്" അമ്മായിയമ്മയുടെ പ്രത്യേക നിർദ്ദേശങ്ങളും അനുസരിക്കണം.

മനസ്സിൽ പൊങ്ങി വന്ന വിഷമം അവൾ അടക്കി. അമ്മായിയമ്മയുടെ വർത്തമാനം കേട്ട് എന്തെങ്കിലും പറഞ്ഞുപോയാൽ എല്ലാവരുടെ മുമ്പിലും നാണംകെടേണ്ടി വരും. അതുകൊണ്ട് രത്തിനത്തിന് തിപ്പലിരസം തയ്യാറാക്കിവെച്ചിട്ടാണ് അവൾ അരിയിലെ കല്ലും മണ്ണും മാറ്റാൻ ഇരുന്നത്.

മുറത്തിൽ അരി തട്ടി തട്ടി നോക്കുമ്പോൾ വേദനയും പരിഹസിക്കുന്ന കണ്ണുകളും ജംബുലിംഗത്തിന്റെ അഹങ്കാരം നിറഞ്ഞ വർത്തമാനവുമാണ് മുന്നിൽ തെളിയുന്നത്. അവൾക്ക് ഒരു കൊച്ചിനെ പെറ്റു കൊടുക്കാനായാൽ

എന്താ കൊമ്പു മുളയ്ക്കുമോ? മരഗതത്തിനുള്ള സ്ഥാനം പോലും തനിക്കീ വീട്ടിലില്ല.

രത്തിനത്തിനു ഗർഭമുണ്ടായി. പെറ്റാ പിന്നെ കൊച്ചിനെ കുളിപ്പിക്കുന്നതും അമ്മയെ കുളിപ്പിക്കുന്നതുമൊക്കെ എന്റെ തലേൽ വരും. സരോസിക്ക് വല്ലാത്ത ദേഷ്യം തോന്നി എല്ലാത്തിനോടും. 'നിനക്കു മരുന്നും മന്ത്രോം എന്താ ഞാൻ ചെയ്യണോടീ...' രത്തിനത്തിനോട് അവൾ മനസ്സിൽ വഴക്കിട്ടു. 'അതുപോലുള്ള ഒരു പുരുഷന്റെ ഒപ്പം ഇനിയും കിടക്കണമെങ്കിൽ ഞാൻ അത്രേം മോശക്കാരിയായിരിക്കണം' എന്ന് സ്വയം ശപിച്ചു. അന്തസ്സില്ലാത്ത നന്ദികെട്ട ജന്മങ്ങൾ. പുച്ഛം തോന്നി.

"പൊങ്കലിന് എല്ലാവർക്കും ഡ്രസ്സെടുക്കാൻ പോയിരിക്കുന്നു... സരോസിയമ്മ പോണില്ലേ..."

ശബ്ദം കേട്ട് അവൾ തല പൊക്കി നോക്കി. തൊട്ടടുത്ത് ദിനകരൻ നിൽക്കുന്നു. ഇവൻ എവിടെ നിന്നു വന്നു. അവൾ എഴുന്നേറ്റ് വെപ്രാളത്തോടെ ചുറ്റും നോക്കി. മുറ്റത്ത് വേറെ ആരുമില്ല.

"ജവുളികടേലേക്ക് എല്ലാവരും പോയിട്ടൊണ്ടൊല്ലോ... എന്താ നിങ്ങളു മാത്രം പോവാത്തത്."

ദിനകരന്റെ മൃദുവായ ശബ്ദം. അവൻ അവളെ അടിമുടി നോക്കി.

മുട്ടുവരെ കേറ്റി കുത്തിയിരുന്ന മുണ്ട് പെട്ടെന്നു താഴ്ത്തിയിട്ടുകൊണ്ട് അവൾ തളർന്ന ശബ്ദത്തിൽ പറഞ്ഞു.

"എന്നോടാരും അതൊന്നും പറഞ്ഞില്ല... വിളിച്ചുമില്ല."

"ഞാൻ വന്ന് ഇപ്പം പറഞ്ഞില്ലേ."

കുറച്ചു മാസങ്ങൾ കഴിഞ്ഞാണ് ഇവനെ കാണുന്നതെങ്കിലും ആ വർത്തമാനം കേട്ടപ്പോൾ ദേഷ്യം തോന്നി. 'ഈ വീട്ടില് നീ ആരാണ്' എന്ന മട്ടിൽ അവൾ നോക്കി.

"ജംബു ഇവിടെ വന്നു പറയാൻ പറഞ്ഞിട്ടാ..."

ഇവനെന്തിനാ ഇതിനൊക്കെ ഇത്ര കഷ്ടപ്പെടണത്. ഇവൻ പറയണത് സത്യമാണോ എന്നൊക്കെ തോന്നിയെങ്കിലും ശാന്തയായിക്കൊണ്ടവൾ പറഞ്ഞു.

"എനിക്കൊരുപാടു ജോലിയുണ്ട്... പിന്നെ... അവർക്ക് ഏതാണു പിടിക്കണതെന്നുവെച്ചാ എടുക്കട്ടെ... ഈ അടുക്കളേടെ മൂലെ കെടക്കണവൾക്ക് എന്തു ഡ്രസ്സായാലെന്താ..."

"അടുക്കളേൽ ഇരുന്നാലും സരോസിയമ്മയ്ക്കു കസവിന്റെ നിറം നന്നായിട്ടിണങ്ങും."

അതു കേട്ടവൾ തലയുയർത്തി നോക്കുമ്പോഴേയ്ക്കും ദിനകരൻ നടന്നു കഴിഞ്ഞു.

കണ്ണു നിറഞ്ഞു. ഈ വീട്ടിൽ ഞാൻ ആർക്കും വേണ്ടാത്തവളായിപ്പോയല്ലോ എന്നു തോന്നി. എനിക്കിവിടെ ഒരു സ്ഥാനവുമില്ലെന്നു മനസ്സിലാക്കിയിട്ടാണോ ദിനകരൻ പോലും ഇങ്ങനെ പറയുന്നത്... പിന്നെ ഇതൊന്നുമായി തനിക്കൊരു ബന്ധവുമില്ല. താനൊരു ജോലിക്കാരി മാത്രം എന്നു വിചാരിച്ച് സമാധാനപ്പെട്ടുകൊണ്ട് അരി മുഴുവൻ പാറ്റിയെടുത്ത് ചാക്കിൽ കെട്ടിവെച്ചു. വരാന്ത തൂത്തുവാരി വൃത്തിയാക്കിയിട്ട് അടുക്കളയിലേക്കു കയറി.

തളച്ചു മറിയുന്ന വെള്ളത്തിലേക്ക് അരി കഴുകി ഇടുമ്പോൾ മനസ്സ് പല ചിന്തകളിലായിരുന്നു.

"ജംബുലിംഗം ഒരു മടയൻ! സ്വന്തം കഴിവിനെപ്പറ്റി മനസ്സിലാക്കാത്തവൻ"

സ്വന്തം ഭർത്താവിനെ മറ്റൊരാൾ മടയൻ എന്നു വിളിക്കുന്ന അവസ്ഥ വന്നല്ലോ എന്നോർത്തു. തന്നെക്കാളും രത്തിനത്തിന് എന്തു മിടുക്കാണുള്ളത്. സൗന്ദര്യമുണ്ടോ. സ്വഭാവമുണ്ടോ. അവളുടെ മദിച്ച ശരീരം കണ്ടപ്പോൾ കുട്ടികളെ ഇഷ്ടംപോലെ പെറ്റു തരും എന്നു കരുതി വിളിച്ചോണ്ടു വന്നതായിരിക്കും. എന്നെക്കൊണ്ട് പറ്റില്ലെന്നു കരുതി കൊണ്ടുവന്നവളല്ലേ... ശരിയാ ആ വകയിൽ അവൾ സാമർത്ഥ്യക്കാരിയായിരിക്കും.

"ചേടത്തീ..." ലക്ഷ്മി വിളിച്ചു.

അവളുടെ കൈയിൽ രണ്ടു പട്ടുസാരികൾ. ഒന്ന് കസവിന്റെ നിറമുള്ളത്, മറ്റൊന്നു നീല.

"ഇതിൽ ഏതാണോ ഇഷ്ടം അതെടുത്തോളാൻ പറഞ്ഞു."

ലക്ഷ്മി പറഞ്ഞപ്പോൾ അതിശയം തോന്നി. ഇതുവരെ തന്റെ ഇഷ്ടത്തെ ഈ വീട്ടിൽ ആരും നോക്കീട്ടില്ല. ചുണ്ടിൽ വന്ന ചിരിയോടെ കവിളുകൾ തുടുത്തു.

"കസവു കളർ നന്നായിരിക്കുന്നു..."

സരോസി പറഞ്ഞു.

"രത്തിനം ചേടത്തിക്ക് നീല കളറാ എടുത്തിരിക്കണത്."

"എനിക്കു കസവു കളറു മതി."

അവൾ പെട്ടെന്നു പറഞ്ഞു പോയി.

"ചേടത്തിയുടെ ഇഷ്ടം" എന്നു പറഞ്ഞ് ലക്ഷ്മി നടന്നു.

ഉത്സവം പ്രമാണിച്ച് വരാന്ത മുതൽ പടി വരെ കോലം ഇട്ടിരുന്നു. ആ തിരക്കിൽ സരോസി സ്വന്തം ദുഃഖമെല്ലാം മറന്നു.

'ഇത്തവണ രണ്ടു പേരും ചേർന്ന് പൊങ്കൽ പൊക്കണം' എന്ന് രത്തിന ത്തേയും തന്നെയും നോക്കി അമ്മായിയമ്മ പറഞ്ഞതോർത്തു.

പൊങ്കലിന്റെ തലേന്ന് *ബോഗി*നാളിൽ സാധാരണയിലും നേരത്തെ എഴു ന്നേറ്റ് മരഗതത്തെ ഉണർത്തി വെള്ളം ചൂടാക്കാനുള്ള അടുപ്പു കത്തിക്കാൻ പറഞ്ഞു. എന്നിട്ട് പതിവുപോലെ കിണറ്റിലെ തണുത്ത വെള്ളത്തിൽ കുളിച്ചു വന്ന് പൂജാമുറിയിൽ വിളക്കു കത്തിച്ചു പുറത്തേക്കു വരുമ്പോൾ അമ്മായിയമ്മ ചോദിച്ചു.

"രത്തിനം എഴുന്നേറ്റു വന്നോ."

"ഞാൻ കണ്ടില്ല" എന്നു പറഞ്ഞ് സരോസി അതൊന്നും ശ്രദ്ധിക്കാൻ നിൽക്കാതെ അടുക്കളേയ്ക്കു കയറി.

"എത്ര നേരമാ ഉറക്കം. ഇന്നത്തെ ദിവസം പോലും അറിയാതെ" എന്നു മുറുമുറുത്തുകൊണ്ട് അമ്മായിയമ്മ നടുത്തളത്തിലേക്കു പോയി. പിന്നെ ധൃതിവെച്ച് അടുക്കളയിലേക്കു പതിവില്ലാതെ വന്നു.

"എല്ലാം ഓരോ മൂലയ്ക്ക് കെടക്കുവാ... നീ തന്നെ എല്ലാം ചെയ്യണം... നല്ലോരു ദിവസമായിട്ട്..."

അതുകേട്ടപ്പോൾ സന്തോഷം തോന്നി. മുറ്റം മുതൽ പടി വരെ അരി പ്പൊടി കൊണ്ട് അവൾ ഉത്സാഹത്തോടെ കോലമിട്ടു. വിശേഷ ദിവസത്തി ലേക്കായി പ്രത്യേക പലഹാരങ്ങൾ ഉണ്ടാക്കി. ഇന്ന് അമ്മായിയമ്മ അവ ളോടു മര്യാദയ്ക്കാണു പെരുമാറിയത്.

അടുത്ത ദിവസം മുറ്റത്തെ വലിയ അടുപ്പുകളിൽ കലം കയറ്റിവയ്ക്കുന്ന ചടങ്ങിന് ജംബുലിംഗവും ഒപ്പമുണ്ടായിരുന്നു. അന്ന് സരോസി അണിഞ്ഞൊ രുങ്ങി. കണ്ണിൽ മഷി എഴുതി കറുപ്പിച്ച്, തലയിൽ മുല്ലപ്പൂ നിറയെ ചൂടി, കസവു നിറമുള്ള സാരി ഉടുത്തപ്പോൾ താൻ കൂടുതൽ സുന്ദരിയായതു പോലെ തോന്നി. പൂജയുടെ തിരക്കിനിടയിലാണ് ദിനകരനും അവിടെ നിൽക്കുന്ന അവൾ ശ്രദ്ധിച്ചത്. ഇടയ്ക്ക് തിരിഞ്ഞു നോക്കിയപ്പോൾ അവൻ തന്നെ ശ്രദ്ധിക്കുന്നതു കണ്ടു. ആ നോട്ടത്തിൽ കളിയാക്കലാണോ സഹ താപമാണോ.

'പൊങ്കലായതുകൊണ്ട് ഇന്നും അടുത്ത ഒരു ദിവസവും മാത്രമാണ് നിനക്കീ സ്വാതന്ത്ര്യം. അതറിയാതെ വേഷം കെട്ടി സന്തോഷിക്കുകയാണോ' എന്നു പറയുന്നതുപോലെയായിരുന്നു ദിനകരന്റെ നോട്ടം.

ഇന്ന് രത്തിനം മാത്രമാണ് ഈ പൂജയ്ക്ക് ഉണ്ടായിരുന്നതെങ്കിൽ തന്നെ ആരും ശ്രദ്ധിക്കാൻ പോണില്ല. അടുക്കള വിട്ട് പുറത്തുവരാനുള്ള സ്വാതന്ത്ര്യം പോലും കിട്ടില്ലായിരുന്നു.

'ഞാനെന്തു ബോധമില്ലാത്തവൾ' എന്നു മനസ്സിൽ തോന്നിയപ്പോൾ ഉത്സാഹം കുറഞ്ഞു. എല്ലാത്തിനോടും വെറുപ്പു തോന്നി.

ആളുകളുടെ തിരക്കും സദ്യയും എല്ലാം കഴിഞ്ഞ് രാത്രി പുറത്തെ മുറിയിലാണ് കെടന്നത്. ഇന്നത്തെ ദിവസത്തെപ്പറ്റി ഓർമ്മിച്ച് ഉറക്കം വരാതെ കിടക്കുമ്പോൾ ആരോ വിളിക്കുന്ന പോലെ തോന്നി. അവൾ പേടിച്ച് പെട്ടെന്ന് എഴുന്നേറ്റിരുന്നു. ജനലിലൂടെ വന്ന നിലാവെളിച്ചത്തിൽ ജംബുലിംഗം മുറിയിൽ നിൽക്കുന്നതു കണ്ട് അവൾ ഭയപ്പെട്ടു.

"വാ... എന്റെ കൂടെ വന്നു കെടക്ക്."

ജംബുലിംഗം വിളിച്ചു.

പെട്ടെന്ന് അതുവരെ അനുഭവിച്ചിരുന്ന അപമാനം മനസ്സിൽ തീപോലെ പൊങ്ങി വന്നു. ഇതുവരെ കാണിക്കാത്ത ദേഷ്യം.

"അടുത്തു വരണ്ട"

അവൾ ശബ്ദം കനപ്പിച്ചു പറഞ്ഞു.

"നാണമില്ലേ നിങ്ങൾക്ക് ഒരു ദിവസത്തേക്കു മാത്രം എന്നെ അന്വേഷിച്ചു വരാൻ"

"ഛീ പോടി! ഞാൻ നിന്റെ ഭർത്താവാണെന്നോർക്കണം. ഞാൻ എപ്പോ വിളിച്ചാലും അപ്പം വന്നോണം"

"വരില്ല" അവൾ തീരുമാനം പോലെ പറഞ്ഞു.

"അതിനു വേറെ ആളെ നോക്ക്" എന്ന് ഉറക്കെ പറഞ്ഞുകൊണ്ട് അവൾ പെട്ടെന്നെഴുന്നേറ്റ് ജംബുലിംഗത്തിന്റെ മുന്നിലൂടെ കൂസലില്ലാതെ നടന്ന് നാലുകെട്ടിൽ കുട്ടികൾ കിടക്കുന്നിടത്ത് ചെന്നു കിടന്നു.

പത്ത്

കാർത്തികേയനും നളിനിയും എന്തോ തർക്കത്തിലായിരുന്നു. അതിൽ തലയിടണ്ടെന്ന തീരുമാനത്തോടെ സരോജിനി മിണ്ടാതിരുന്നു.

"അരുണയെപ്പറ്റി നീ വെറുതെ കെടന്ന് തൊള്ള തൊറക്കണതു നിറുത്തണം... അവളു കൊച്ചുപെണ്ണൊന്നുമല്ല, തനിച്ചു കാര്യങ്ങളു തീരുമാനിക്കാനറിയാവുന്ന ഒരുത്തിയാ..."

കാർത്തികേയൻ പറഞ്ഞു.

"ദേ ഇതു നോക്ക്... മറ്റുള്ളവര് നമ്മളെപ്പറ്റി എന്തു വിചാരിക്കുമെന്ന ചിന്ത വേണം. ആ പേടിയും വേണം."

"അതിന് അവളിപ്പം എന്തു ചെയ്യണമെന്നാ നീ പറയണത്."

കാർത്തികേയനു ദേഷ്യം വന്നു.

"ആ ശങ്കറുമായി ചുറ്റണത് നിറുത്താൻ പറയണം. ഞാൻ എന്തെങ്കിലും പറഞ്ഞാ അവള് തല തിരിഞ്ഞ മറുപടി പറയും."

"നീയാ ഇങ്ങനെ തലതിരിഞ്ഞു പറയണത്. മനസ്സ് ഇത്രേം വെഷമിച്ചിരിക്കുന്ന അവളെ സമാധാനപ്പെടുത്താൻ നോക്കാതെ ഓരോന്നു പറഞ്ഞ് വിഷമിപ്പിക്കാൻ നോക്കും..."

കാർത്തികേയനു ദേഷ്യം വന്നിട്ട് പിന്നെ അവിടെ നിൽക്കാതെ ധൃതിയിൽ പടി കയറി മുകളിലേക്കു പോയി. നളിനി അപ്പോഴും വിട്ടുമാറാത്ത വിഷമത്തിലായിരുന്നു.

കാർത്തികേയനും നളിനിയും ഇങ്ങനെയൊന്നും തർക്കിക്കുന്നത് ഇതിനു മുമ്പ് കേട്ടിട്ടില്ലെന്ന് ഓർമ്മിച്ചു. ഇപ്പോൾ നളിനി ഓരോന്നാലോചിച്ചു വെറുതേ വെപ്രാളപ്പെടുകയാണ്. ശങ്കറിനോട് അരുണയ്ക്ക് വെറും സുഹൃദ്ബന്ധം മാത്രമേയുള്ളൂവെന്നു പറഞ്ഞാൽ അവൾ ഇപ്പം വിശ്വസിക്കാൻ പോണില്ല.

നളിനി കണ്ണു തുടയ്ക്കുന്നതു കണ്ട് സരോജിനി എഴുന്നേറ്റ് അവളുടെ അടുത്തു ചെന്നിരുന്നു. തുടയിൽ കൈവെച്ചു.

"ഇതു നോക്ക് നളിനി... ഞാൻ നിന്നേക്കാളും പ്രായമുള്ളവളായതു കൊണ്ടു പറയുവാ... കുറച്ചു നാള് നീ നിന്റെ കൂട്ടുകാരുടെ വീട്ടിൽ

പോണതും ഈ ചിട്ടിപാർട്ടിയുമൊക്കെ ഒന്നു നിറുത്ത്. ഓരോ തവണ നീ ഇവിടെയൊക്കെ പോയിട്ടു വരുമ്പോൾ വെഷമിച്ചാണിരിക്കുന്നത്."

അതു കേട്ട് നളിനി കണ്ണു തുടച്ചുകൊണ്ടു പറഞ്ഞു.

"എന്റെ കൂട്ടുകാരെയൊക്കെ പെട്ടെന്ന് ഉപേക്ഷിക്കാൻ പറ്റുമോ..."

"നിന്റെ മകളെപ്പറ്റി നിന്റെ മനസ്സു വേദനിപ്പിക്കുന്നമാതിരി സംസാരിക്കുന്നവരെ കൂട്ടുകാരായി കൂട്ടാൻ പറ്റുമോ?"

കുറച്ചു നേരം നളിനി മിണ്ടാണ്ടിരുന്നു. പിന്നെ പറഞ്ഞു.

"കൂട്ടുകാരാ നമുക്ക് പലപ്പോഴും നല്ലതും ചീത്തയും തിരിച്ചറിഞ്ഞു പറയണത്."

സരോജിനി ചിരിച്ചു.

അപ്പം ഞാനും കാർത്തികേയനും നിനക്കു വേണ്ടപ്പെട്ടവരല്ലെന്നാണോ വിചാരിക്കണത്."

"എനിക്കൊന്നും മനസ്സിലാകുന്നില്ല."

നളിനി പിന്നെയും മുഖം താഴ്ത്തി ഇരുന്നു.

"അരുണയോടുള്ള സ്നേഹംകൊണ്ടാ നിങ്ങൾക്കൊക്കെ സത്യം ശരിക്കു മനസ്സിലാകാത്തത്."

സരോജിനിക്ക് എന്തു പറഞ്ഞവളെ സമാധാനിപ്പിക്കണമെന്നറിയില്ല... എങ്കിലും ഈ പ്രശ്നത്തിൽ നളിനി വിഷമിക്കുന്നതു കാണുമ്പോൾ ഒന്നും പറയാതെ പറ്റില്ല.

"നളിനീ... അവൾക്കും ശങ്കറിനും നീ വിചാരിക്കണ പോലുള്ള ബന്ധം ഒന്നും ഇല്ല... നിനക്കതു വിശ്വാസമില്ലെങ്കിൽ പിന്നെന്തു പറയാനാ..."

"അമ്മ ഒരു കാര്യം ഓർക്കണം. ബന്ധം ഒക്കെ എങ്ങനെയുള്ളതാണെങ്കിലും ശങ്കറിനെ കൂടെക്കൂടെ കാണണതും ഒറ്റയ്ക്ക് അവന്റെ കൂടെ ചുറ്റണതും നല്ലതല്ല. ബന്ധം വേർപെടുത്തി വന്നവളാ... ഇനി സൂക്ഷിച്ചും ശ്രദ്ധിച്ചും ഇരിക്കണം. എന്നാ ശങ്കറു കല്ല്യാണം കഴിഞ്ഞവനാ... ഇനി നാട്ടുകാര് അതുമിതും പറഞ്ഞ് അവന്റെ കുടുംബത്തിലും പ്രശ്നങ്ങളുണ്ടാക്കണോ?"

നളിനി പറയുന്നതിലും കുറച്ചു കാര്യമുണ്ടെന്നു തോന്നി. ശങ്കറെ അവന്റെ ഭാര്യയോടൊപ്പം ഇതുവരെ കണ്ടിട്ടില്ലല്ലോയെന്നും ഓർത്തു.

"നീ പറയണത് ശരിയാ... പക്ഷേ അങ്ങനെയൊന്നും അവരു പെരുമാറില്ല. അവരു വെറും കൂട്ടുകാരാ... വേറെയൊന്നും വിചാരിക്കണ്ട."

"എന്നാ നാട്ടുകാരു വിശ്വസിക്കില്ല. എന്തെങ്കിലുമൊക്കെ കേട്ടാൽ ശങ്കറിന്റെ ഭാര്യയും വിശ്വസിക്കും. അതൊക്കെ പിന്നീട് വലിയ കുഴപ്പമുണ്ടാക്കും."

“ഞാൻ ഇതിനെപ്പറ്റി അരുണയോടു ചോദിച്ചതാ... ഒന്നും ആലോചിക്കാതെ ചാടികയറി അവളൊന്നും ചെയ്യില്ല. ഇപ്പം ജോലി കിട്ടിയതുകൊണ്ട് അവൾക്കു വേറൊന്നിനും സമയമില്ല. ശങ്കറും നല്ല കാര്യബോധമുള്ളവനാണെന്നാ തോന്നണത്.”

നളിനിയുടെ ദുഃഖം മാറിയെങ്കിലും ദേഷ്യം പോയിട്ടില്ല.

“കാര്യബോധമുള്ളവനായിരുന്നെങ്കിൽ പിന്നെ എന്തിനാ ഇവള് എവിടെപ്പോയാലും കൂടെ പോണത്.”

“അവൻ പ്രഭാകറിന്റെ കൂട്ടുകാരനായിരുന്നില്ലേ... കൂട്ടുകാരന്റെ ഭാര്യക്ക് ഒരു പ്രശ്നമുണ്ടായപ്പോൾ അവനു സഹതാപം തോന്നിയതായിരിക്കും.”

സരോജിനി ഇതു പറയുമ്പോൾ സ്വന്തം മനസ്സിന്റെ ജനലുകളും മെല്ലെ തുറന്ന പോലെ തോന്നി.

ദിനകരൻ ചിരിച്ചുകൊണ്ടു നിൽക്കുന്നു.

“നിന്റെ ശരീരം നീ ശ്രദ്ധിച്ചില്ലെങ്കിൽ എന്തു പറ്റീന്നു ചോദിക്കാൻ പോലും ഇവിടെ വേറെ ആരുമില്ലെന്ന് എനിക്കറിയാം” അതു കേട്ടപ്പോൾ സരോസി സന്തോഷംകൊണ്ടു ചുണ്ടു കടിച്ചു.

“എന്തു വെഷമമുണ്ടെങ്കിലും മറ്റുള്ളവരെക്കൊണ്ട് ഓരോന്നു പറയിപ്പിക്കാതെ നടക്കാൻ മേലേ...”

നളിനിയുടെ ചോദ്യം കേട്ടാണ് സരോജിനി ഒരു നിമിഷം ഇളകിമാറിയ ഓർമ്മകളിൽ നിന്നു തിരിച്ചു വന്നത്.

“ഇപ്പഴത്തെ കുട്ടികള് നന്നായിട്ടു കാര്യങ്ങൾ മനസ്സിലാക്കുന്നവരാ. ഒന്നും പറയാതെ തലതാഴ്ത്തി മിണ്ടാണ്ടിരിക്കണ പെണ്ണുങ്ങൾ ഞങ്ങടെ കാലത്തൊക്കെ ആയിരുന്നു.”

ഭിത്തിയിലെ വലിയ ക്ലോക്കിൽ അഞ്ചുമണി അടിച്ചു. സരോജിനി എഴുന്നേറ്റുകൊണ്ടു പറഞ്ഞു.

“മണി അഞ്ചായി... ഞാൻ കുറച്ചുനേരം വെളിയിൽ ഇരിക്കട്ടെ...”

“ഇക്കാര്യം ഞാൻ അമ്മയ്ക്കു വിട്ടുതരികയാ... അമ്മ അവളെ സമാധാനിപ്പിക്കുകയോ സന്തോഷിപ്പിക്കുവോ എന്തു വേണമെങ്കിലും ചെയ്യ്. ഞാൻ കുറച്ചു നാള് ഇതിനെപ്പറ്റിയൊന്നും ഒരക്ഷരം പറയാതിരുന്നോളാം...”

“അതാണു നല്ലത്” സരോജിനി ചിരിച്ചു.

“പക്ഷേ, കാര്യബോധമുണ്ട് സഹതാപം വേണം എന്നൊന്നും പറഞ്ഞാൽ ഞാൻ വിശ്വസിക്കില്ല... പെണ്ണുങ്ങളുടെ പ്രശ്നങ്ങളു മനസ്സിലാക്കി പുറകെ നടന്ന് അവരെ വശപ്പെടുത്താനുള്ള ഓരോരുത്തരുടെ തന്ത്രമാ... അല്ലാതെന്താ...”

നളിനി പറയണത് മുറ്റത്തേക്കു നടക്കുന്നതിനിടയിൽ കേട്ടു.

ഭർത്താവിന്റെ സ്നേഹമല്ലാതെ മറ്റൊന്നും അനുഭവിക്കാത്ത നളിനിയെ കുറ്റം പറഞ്ഞിട്ട് കാര്യമില്ല. അവരുടെ കൂട്ടുകാരികള് ഓരോ അനുഭവകഥ കൾ ഉദാഹരണമായി പറഞ്ഞായിരിക്കും ഇവളെ ഭയപ്പെടുത്തുന്നത്.

മുറ്റത്തും തോട്ടത്തിലും വൈകുന്നേരത്തെ തണുത്ത കാറ്റ്. കുറച്ചു കഴി യുമ്പോൾ കൂട്ടിലേക്കു മടങ്ങുന്ന പക്ഷികളുടെ കലപില തുടങ്ങും. ദൈവ നിശ്ചയം പോലെ എല്ലാം കൃത്യമായി നടക്കുന്നു.

ആകാശവും തോട്ടത്തിലെ മരങ്ങളും ആദ്യമായി കാണുന്ന പോലെ അവൾ നോക്കി. ഒറ്റപ്പെടലും ഓർമ്മകളും മനുഷ്യർക്ക് ഇല്ലായിരുന്നെങ്കിൽ ഈ പക്ഷികളെപ്പോലെ കഴിയാം. കുഴപ്പങ്ങൾ, ദുഃഖം, നഷ്ടബോധം കട പ്പാടുകൾ ഒന്നും ഉണ്ടാവില്ല.

ശബ്ദം കേട്ടപ്പോൾ ഓർമ്മകൾ മുറിഞ്ഞു.

ഗെയിറ്റിൽ ഒരു ഓട്ടോറിക്ഷ വന്നു നിന്നു. അതിൽനിന്ന് ഒരു ചെറുപ്പ ക്കാരിയായ പെൺകുട്ടി ഇറങ്ങി അകത്തേക്കു വരുന്നതു കണ്ടു.

അതാരാണെന്നറിയാൻ സൂക്ഷിച്ചു നോക്കുമ്പോഴേക്കും അവൾ അടു ത്തേക്കു വന്നു.

"ആരാ"

"സരോജിനിയമ്മ താമസിക്കണ വീട് ഇതാണോ?"

"അതെ"

"വല്ല്യമ്മയാണോ അത്"

"അതെ... നീ ആരാ"

"എന്റെ പേര് ശ്യാമള... എന്റെ മുത്തച്ഛൻ, അമ്മയുടെ അച്ഛൻ നിങ്ങടെ നാട്ടുകാരനാണ്... ഇവിടെ ഇപ്പോൾ ചികിത്സയ്ക്കു വന്നിട്ടുണ്ട്. നിങ്ങളെ കാണണമെന്നു പറഞ്ഞു."

അതു കേട്ട് തിടുക്കത്തോടെ ചോദിച്ചു.

"ആരാ നിന്റെ മുത്തച്ഛൻ?"

"ദിനകരൻ എന്നാ പേര്."

പതിനൊന്ന്

ഒരു നിമിഷം കിതപ്പോടെ പരിഭ്രമിച്ചു പോയ സരോജിനി സ്വയം നിയന്ത്രി ച്ചുകൊണ്ട് സന്തോഷത്തോടെ 'വാ അകത്തേക്കു വാ...' എന്നവളെ സ്നേഹ ത്തോടെ ക്ഷണിച്ചു. ശ്യാമള അല്പം സങ്കോചത്തോടെ സരോജിനിക്കൊപ്പം വീട്ടിനകത്തേക്കു നടന്നു. മടിച്ചു മടിച്ച് അവൾ സോഫയിൽ ഇരിക്കുന്നതു കണ്ടപ്പോൾ ഈ നാണംകുണുങ്ങൽ പാരമ്പര്യമായിട്ടുള്ളതാണെന്നു സരോ ജിനിക്കു തോന്നി.

ഭക്ഷണമുറി കടന്ന് അടുക്കളയിലേക്ക് സരോജിനി ധൃതിയിൽ ചെന്നു. മുരുകൈയൻ അവിടെ ഇരിപ്പുണ്ട്. സരോജിനിയെ കണ്ട് അവൻ ചാടിയെ ഴുന്നേറ്റു.

"എന്നാ വേണം അമ്മേ"

"കുറച്ചു കാപ്പിയും പലഹാരവും കൊണ്ടുവാ ഒരാൾക്ക്"

"ശരി... ആരാ വന്നിരിക്കണത്..."

"ഒരാളു വന്നിട്ടുണ്ട്"

ചിരിച്ചുകൊണ്ടു പറഞ്ഞു.

"നിനക്കോർമ്മയുണ്ടോന്ന് അറിയില്ല. നമ്മടെ ഗ്രാമത്തില് ദിനകരൻ എന്നൊരാൾ ഉണ്ടായിരുന്നില്ലേ... ജമീന്താറുടെ കൂട്ടുകാരനായിട്ട്... അയാ ളുടെ ചെറുമകളു വന്നിട്ടുണ്ട്."

"എന്താ അമ്മ അങ്ങനെ പറയണത്. എനിക്കു നല്ല ഓർമ്മയുണ്ട്... ഞാനിപ്പം കാപ്പി കൊണ്ടുവരാം."

അവൻ ഉത്സാഹത്തോടെ പറഞ്ഞു.

ചുണ്ടിൽനിന്ന് ഇനിയും സന്തോഷം വിട്ടുമാറാത്ത സരോജിനി ശ്യാമള യുടെ അടുത്തു വന്നിരുന്നു.

"ഞാൻ ദിനകരന്റെ മകളുടെ മകളാ... ശ്യാമള"

"ഒരു മകളേ ഉള്ളോ അവർക്ക്"

"അല്ല... എനിക്കൊരു മാമനുണ്ടായിരുന്നു. ചെറുതിലേ മരിച്ചു പോയി."

സരോജിനിയുടെ പുരികം ഒന്നിളകി.

60

“ഗ്രാമത്തില് ചികിത്സയ്ക്കൊള്ള സൗകര്യമൊന്നുമില്ല. നോക്കാനും അവിടെ ആരുമില്ല. അതുകൊണ്ടാ മുത്തശ്ശനെ ഇങ്ങോട്ടു കൊണ്ടുവന്നത്...”

“എന്താ അസുഖം”

“വയസ്സായതിന്റെ അസുഖങ്ങളു തന്നെ. എൺപതു വയസ്സായില്ലേ...”

ദിനകരന്റെ ആരോഗ്യമുള്ള ശരീരവും കളിയാക്കലും സന്തോഷത്തോടെയുള്ള പതിഞ്ഞ നോട്ടവും ഒരു നിമിഷം മനസ്സിലൂടെ കടന്നു പോയി.

“എൺപതു വയസ്സായി ഇല്ലേ... ശരിയാ എനിക്കുതന്നെ എഴുപത്തഞ്ചായി...”

“ചെറുപ്പത്തില് മുത്തശ്ശൻ നല്ല ആരോഗ്യത്തോടെ ഇരുന്നതാ. കാണാനും നല്ലതായിരുന്നു.”

ശരിയാ അവനെ കാണുന്ന കാഴ്ച നല്ലതായിരുന്നുവെന്ന് മനസ്സിൽ പറഞ്ഞു.

“കുറച്ചു നാളായിട്ട് ശ്വാസം വിടാൻ ബുദ്ധിമുട്ട്. ഇവിടെ കൊണ്ടുവന്നു കാണിക്കാൻ വരാൻ പറഞ്ഞതാ... ഒടുവിൽ എന്റെ കൂടെ കുറച്ചുനാള് താമസിക്കണമെന്നു പറഞ്ഞ് നിർബ്ബന്ധിച്ച് കൊണ്ടുവന്നു.”

“വളരെ നല്ല കാര്യം...”

സരോജിനി വാത്സല്യത്തോടെ അവളുടെ തോളിൽ കൈവെച്ചു.

“ഇപ്പം അവര് ഇവിടെ വന്നിട്ട് എത്ര നാളായി”

“ഒരു മാസമായി”

“അപ്പാ... ഒരു മാസമോ? എന്നിട്ട് എന്താ ഇത്രേം നാളായിട്ട് അറിയിക്കാതിരുന്നത്.”

“ഇത്രേം ദിവസം ആശുപത്രിയിലായിരുന്നു. ഇപ്പഴാണ് വീട്ടിലേക്കു കൊണ്ടുവന്നത്. ഇനി ഒരാഴ്ചയ്ക്കകം നാട്ടിലേക്കു തിരിച്ചുപോകണമെന്നു പറഞ്ഞ് വാശി പിടിക്കുവാ... ഇന്നു രാവിലെയാ ഇവിടത്തെ വിലാസം തന്നത്.”

സരോജിനിയുടെ നെഞ്ചു പിടച്ചു. മുഖത്ത് ഒരു ഭാവവ്യത്യാസവും കാണിക്കാതെ തമാശ പോലെ ചോദിച്ചു.

“എന്നെപ്പറ്റി എന്താ പറഞ്ഞത്.”

ശ്യാമള അതുകേട്ട് പുഞ്ചിരിച്ചു.

“വലിയ കാര്യമായിട്ടാ പറഞ്ഞത്. മുത്തശ്ശന്റെ ഗ്രാമത്തിലെ വലിയൊരു ജമീന്താറുടെ ഭാര്യയാണ്. എന്നാൽ ആ ഭാവമൊന്നും ഒരിക്കലും കാട്ടില്ല... വളരെ വിനയമുള്ള സ്ത്രീയാണെന്ന്... അടുക്കളജോലി മുഴുവൻ ഒറ്റയ്ക്കു ചെയ്യും. ഒരു നേരം ഭക്ഷണം കഴിക്കാൻ അവിടെ പത്തു മുപ്പതു പേരൊക്കെ ഉണ്ടാവുമെന്നൊക്കെ...”

സരോജിനി എന്തോ ഓർത്തു ചിരിച്ചു.

"ജോലിക്കൊന്നും അന്ന് വേറെ ആളില്ലായിരുന്നു. വലിയ വീടായിരുന്നു."

"പോരാഞ്ഞിട്ട് നിങ്ങളടെ അമ്മായിയമ്മ ഒരു ഗുണവുമില്ലാത്തവളാണെന്നും വല്ല്യമ്മയെ പെടാപാടു പെടുത്തിയിട്ടും ബഹളമൊന്നുമുണ്ടാക്കാതെ എല്ലാം ക്ഷമിച്ചു കഴിയുന്ന ശീലമായിരുന്നുവെന്നും..."

ഏതോ കഥ കേൾക്കുന്ന താത്പര്യത്തോടെ അതെല്ലാം രസിച്ചു കേട്ടു.

"പിന്നെ എന്നെപ്പറ്റി എന്തു പറഞ്ഞു...?"

"അമ്മ മഹാലക്ഷ്മിയെപ്പോലെ നല്ല ഐശ്വര്യമുള്ള സ്ത്രീയാണെന്ന്..."

ദിനകരന്റെ നോട്ടം പെട്ടെന്നു തന്റെ മേൽ വീണതുപോലെ സരോജിനിയുടെ മുഖം ചുവന്നു.

"നാല്പതു വർഷം കഴിഞ്ഞു... എല്ലാ ബന്ധവും വിട്ടുപോയി..."

"എന്നാ മുത്തശ്ശന് പഴയ കാര്യങ്ങളെല്ലാം നല്ല ഓർമ്മയുണ്ട്... വല്ല്യമയ്ക്കോ..."

സരോജിനി ചിരിച്ചു.

"ഓർമ്മകളല്ലാതെ വയസ്സായവർക്കു വേറെ സ്വത്തൊന്നുമില്ല കണ്ണാ..."

"ഇതു കേൾക്കുമ്പം മുത്തശ്ശനു വലിയ സന്തോഷമാകും. ....വല്ല്യമ്മയ്ക്ക് ഒരു മകനുണ്ടെന്നു പറഞ്ഞിരുന്നു..."

"ശരിയാ... അവന്റേം മരുമോളെടേം ഒപ്പമാ ഞാനിവിടെ കഴിയുന്നത്. അവനു നിന്നെപ്പോലെ ഒരു മകളുമുണ്ട്. മകനും അവളും ജോലിക്കു പോയിരിക്കുവാ... മകന്റെ ഭാര്യയെ പരിചയപ്പെടുത്തി തരാം..."

മുരുകൈയൻ കാപ്പിയും പലഹാരവും കൊണ്ടുവന്നു വെച്ചിട്ട് ശ്യാമളയെ കൗതുകത്തോടെ നോക്കി. അതു ശ്രദ്ധിച്ചിട്ട് സരോജിനി പറഞ്ഞു.

"ഇവനും എന്റെ ഗ്രാമത്തിലുള്ളവനാ... കുട്ടിക്കാലത്ത് നിന്റെ മുത്തശ്ശനെ നിറയെ കണ്ടിട്ടുണ്ട്."

ശ്യാമള പലഹാരമൊന്നും കഴിക്കാതെ കാപ്പി എടുത്തു കുടിച്ചു.

"ഇപ്പം മുത്തശ്ശന് എങ്ങനെ ഇരിക്കുന്നു."

മുരുകൈയൻ തിരക്കി.

"ശരീരത്തിനു സുഖമില്ല..."

"എന്താണെങ്കിലും എനിക്കൊന്നു കാണണം. വിലാസം തന്നിട്ടു പോ... വല്ല്യമ്മ വരുമ്പോൾ ഞാനും വരാം."

മുരുകൈയൻ പറഞ്ഞു.

"തീർച്ചയായിട്ടും എല്ലാവരും വരണം" എന്നു പറഞ്ഞ് ശ്യാമള ഒരു കടലാസിൽ വിലാസമെഴുതിക്കൊടുത്തു.

"നളിനിയെ വിളിക്ക് മുരുകൈയാ..."

സരോജിനി പറഞ്ഞയുടനെ അവൻ അകത്തേയ്ക്കോടി. നളിനി വന്ന യുടനെ സരോജിനി താത്പര്യപൂർവം ശ്യാമളയെ പരിചയപ്പെടുത്തി.

"ഇവളുടെ മുത്തശ്ശൻ ദിനകരൻ നിന്റെ അമ്മായിയച്ഛന്റെ വലിയ കൂട്ടു കാരനായിരുന്നു. ശരീരത്തിനു സുഖമില്ലാത്തതുകൊണ്ട് ഇപ്പം ഇവിടെ ചികിത്സയ്ക്കു വന്നിരിക്കുവാ..."

"നിങ്ങളെയെല്ലാം കാണാൻ മുത്തശ്ശനു വലിയ ആഗ്രഹമാ... കൂടെകൂടെ പറയും..."

ശ്യാമള പറഞ്ഞു.

"തീർച്ചയായിട്ടും വരാം..."

നളിനി സമ്മതിച്ചു.

ശ്യാമള എഴുന്നേറ്റ് നന്ദി പറഞ്ഞു മടങ്ങി. അവൾ പുറത്തേക്ക് ഇറങ്ങുന്നതു ശ്രദ്ധിച്ചു നിന്നിട്ട് നളിനി പറഞ്ഞു.

"ആ പെണ്ണിനെ കണ്ടാൽ നല്ല കുടുംബത്തിൽ പിറന്ന ഒരു ലക്ഷണമുണ്ട്."

"അതെ... നല്ല കുടുംബക്കാരായിരുന്നു. ദിനകരന് അക്കാലത്ത് കുറെ കൃഷിഭൂമിയൊക്കെ ഉണ്ടായിരുന്നു. പിന്നെ എല്ലാം വിറ്റ് വേറെ സ്ഥലത്തേക്കു പോയി. നമ്മളുമായുള്ള അവരുടെ ബന്ധം വിട്ടിട്ട് നാല്പതു വർഷമായി."

"ഹോ... ഇത്രേം വർഷം കഴിഞ്ഞിട്ടും ആ മനുഷ്യന് നമ്മളെ ഓർമ്മ വന്നത് അതിശയമായിട്ടു തോന്നുന്നു. ചെലപ്പോ എന്തെങ്കിലും സാമ്പത്തിക സഹായം പ്രതീക്ഷിച്ചായിരിക്കും..."

അതുകേട്ട് സരോജിനി നളിനിയെ തലയുയർത്തി നോക്കി. ഇഷ്ടമാകാത്ത പോലെ.

"ഏയ് അതിനൊന്നുമായിരിക്കില്ല... തീർച്ച... ദിനകരൻ വലിയ അഭിമാനിയാ. അങ്ങനെയൊന്നും പ്രതീക്ഷിക്കുന്ന ആളല്ല... നമ്മളു കൊടുത്താലും വാങ്ങിക്കുമെന്നു തോന്നുന്നില്ല."

"അവര് അങ്ങനെയാണെങ്കിൽ, എന്തെങ്കിലും സഹായം കിട്ടിയാൽ കൊള്ളാമെന്ന് ഈ ചെറുമകൾക്കു വിചാരിക്കാമല്ലോ."

ഇവളെന്താ പിന്നേം ഇങ്ങനെ പറയണതെന്നോർത്ത് ഈർഷ്യ തോന്നി.

"അങ്ങനെയൊന്നും വിചാരിക്കുന്നവളല്ലെന്നു മനസ്സിലായില്ലേ... ആസ്പത്രി ചികിത്സ കഴിഞ്ഞ് ദിനകരൻ വീട്ടിലേക്കു വന്നിരിക്കുവാ..."

എന്നു മാത്രം പറഞ്ഞ് സരോജിനി എഴുന്നേറ്റ് വീണ്ടും തോട്ടത്തിലേക്കു നടന്നു.

63

പന്ത്രണ്ട്

ജീവിക്കാൻ ചുറ്റുപാടില്ലാതെ ദിനകരന്റെ കുടുംബം എത്ര മാത്രം കഷ്ട പ്പെട്ടിട്ടുണ്ടാവുമെന്നോർത്ത് സരോജിനിയുടെ മനസ്സ് ഖേദിച്ചു. കുറ്റബോധം മനസ്സിനെ അസ്വസ്ഥപ്പെടുത്തിക്കൊണ്ടിരുന്നു. അവർക്കു ചികിത്സയ്ക്കു വേണ്ട സഹായം ചെയ്തു കൊടുക്കാൻ കഴിഞ്ഞാൽ കടമ തീർത്തതു പോലെ ഭാരം കുറയും. പക്ഷേ, കാർത്തികേയനും നളിനിയും അതു സമ്മ തിക്കുമോ. നാല്പതു വർഷമായി ഒരു ബന്ധവുമില്ലാത്ത, അവരിതു വരെ കണ്ടിട്ടുപോലുമില്ലാത്ത ഒരാളുടെ ചികിത്സാചെലവ് എന്തിനവർ വഹിക്കണം. ഇത് എന്താ വല്ല ധർമ്മസത്രമാണോ എന്നു ചോദിച്ചാലോ? ആലോചിച്ചു നോക്കുമ്പോൾ മനസ്സിൽ ഏതെന്നു തിരിച്ചറിയാനാവാത്ത വിമ്മിഷ്ടം തോന്നി.

അരുണ ഇനിയും എത്തിയിട്ടില്ല. പക്ഷികളുടെ ശബ്ദം ചെവി തുള യ്ക്കുന്നു. സന്ധ്യയായപ്പോൾ എഴുന്നേറ്റ് മുറിയിലേക്കു പോയി. സന്ധ്യാ പ്രാർത്ഥന കഴിഞ്ഞ് കണ്ണു തുറന്നപ്പോൾ കാർത്തികേയൻ മുറിയിൽ നിൽക്കുന്നു.

"എന്താമ്മേ വിശേഷം... ആരാ ഇന്നു വന്നത്."

"നമ്മടെ ഗ്രാമത്തില് ദിനകരൻ എന്നൊരാളുണ്ടായിരുന്നു. നിന്റെ അച്ഛന്റെ അടുത്ത കൂട്ടുകാരൻ. അവൻ ഇപ്പോ ഇവിടെ അടുത്തു വന്നിട്ടുണ്ട്. നമ്മളെ കാണണമെന്ന് ആഗ്രഹം... അവന്റെ ചെറുമകളു വന്നിരുന്നു..."

കാർത്തികേയൻ എന്തോ ആലോചിച്ചുകൊണ്ട് കസേരയിൽ ഇരുന്നു.

"ആ മനുഷ്യനെ ഞാൻ കണ്ടിട്ടുണ്ടോ..."

"ഇല്ല... എന്നാ നിന്റെ അച്ഛന്റെ വലിയ..."

"കൂട്ടുകാരനെന്നു പറഞ്ഞല്ലോ... എനിക്ക് ഇതുകേട്ട് തമാശ പോലെ തോന്നുന്നു. ഒരു ദിവസം അച്ഛൻ പനിയായിട്ടു കിടക്കുമ്പോൾ എന്നോടു പറഞ്ഞു. ദിനകരൻ എന്ന് തനിക്കൊരു ശത്രുവുണ്ടെന്ന്. അവന്റെ അടുത്തു പോലും പോകരുതെന്ന്..."

കാർത്തികേയൻ ഇതു പറഞ്ഞു ചിരിച്ചു.

"ഞാനത് മറന്നുപോയെന്ന് അമ്മ വിചാരിച്ചോ."

സരോജിനിയുടെ മനസ്സൊന്ന് ഇളകി. കാർത്തികേയന്റെ മുഖത്ത് ഇപ്പോൾ വലിയ ഭാവവ്യത്യാസമില്ല. ഒന്നും ഉദ്ദേശിച്ചായിരിക്കില്ല യാദൃച്ഛിക മായിട്ടായിരിക്കും അവനിങ്ങനെ പറഞ്ഞതെന്നു തോന്നി. സരോജിനി സ്വന്തം അസ്വസ്ഥത മൂടിവെച്ചുകൊണ്ട് തമാശ കേട്ടപോലെ പറഞ്ഞു.

"നിന്റെ അച്ഛന്റെ സ്വഭാവം ശരിക്കു നിനക്കറിയാമോ. ആരുടെമേൽ എപ്പഴാ ദേഷ്യം വരികയെന്നു വല്ല വ്യവസ്ഥയുമുണ്ടോ. ദിനകരൻ സ്വന്തം സഹോദരനെപ്പോലെ എല്ലാ കാര്യത്തിനും ഒപ്പം കഴിഞ്ഞവനാ... അവസാന കാലത്ത് നിന്റെ അച്ഛന് അയാളോടു ദേഷ്യം തോന്നി."

"അതെന്താ?"

കാർത്തികേയൻ തിരക്കി,.

"വല്ല കൂട്ടുക്കച്ചവടത്തിന്റെ പ്രശ്നമാണോ?"

"ഏയ്, അതൊന്നുമല്ല..."

'പിന്നെ..."

സരോജിനി ജനലിനു വെളിയിലേക്കു നോക്കിക്കൊണ്ടു പറഞ്ഞു.

"അറിയില്ല..."

പിന്നെ പെട്ടെന്ന് ഓർമ്മിച്ചപോലെ വിശദീകരിച്ചു.

"നിന്റെ അച്ഛന്റെ ദേഷ്യത്തിന് ഒരു കാരണവും വേണ്ടെന്ന് ആദ്യം മുതലേ ഞാൻ നന്നായിട്ടു മനസ്സിലാക്കിയിട്ടുള്ളതാ... അതിനു കാരണം കണ്ടുപിടിക്കാൻ നോക്കണതൊക്കെ പാഴ്‌വേലയാണ്. അവരു തമ്മിൽ ഇഷ്ട ക്കേടു വന്നതും ഇങ്ങനെ എന്തെങ്കിലും നിസ്സാരകാര്യത്തിനായിരിക്കും."

"അച്ഛൻ മരിച്ചപ്പോ ഈ ദിനകരൻ എന്ന ആളു വന്നിരുന്നോ."

ഇവൻ എന്താ ഇങ്ങനെയൊക്കെ ചോദിക്കുന്നതെന്നോർത്ത് സരോജിനി അസ്വസ്ഥതപ്പെട്ടു.

"ഇല്ല... അപ്പോഴേയ്ക്കും അവരു നമ്മടെ ഗ്രാമം വിട്ടൊക്കെ പോയിരുന്നു. മരണവിവരം അറിയിക്കാൻ വിലാസം പോലും കിട്ടിയില്ല."

കാർത്തികേയൻ ആലോചിച്ചിരിക്കുന്നതു കണ്ടപ്പോൾ സരോജിനിക്കു വല്ലായ്മ തോന്നി. നളിനി ഇവനോട് എന്താണോ പറഞ്ഞു കൊടുത്തിരി ക്കുന്നതെന്നോർത്തപ്പോൾ ശബ്ദം പോലും തളർന്നു പോയി.

"നിന്റെ അച്ഛൻ പറഞ്ഞത് അനുസരിക്കണമെന്നു തോന്നുന്നുണ്ടെങ്കിൽ ഞാൻ നിർബ്ബന്ധിക്കുന്നില്ല. നീ വരണ്ട... ഞാൻ മുരുകൈയനേം കൂട്ടി പോയി കണ്ടിട്ടു വരാം..."

അമ്മയുടെ ക്ഷീണിച്ച ശബ്ദം കേട്ടപ്പോൾ കാർത്തികേയനും ഒന്നു പതറി. അവൻ അടുത്തുവന്ന് അമ്മയുടെമേൽ കൈവെച്ചുകൊണ്ടു പറഞ്ഞു.

"ഏയ്... ഞാനങ്ങനെയൊന്നും വിചാരിച്ചല്ല പറഞ്ഞത്. അമ്മ ഒറ്റയ്ക്കൊന്നും പോവണ്ട. ഞാൻ നാളെ കൂട്ടീട്ടു പോവാം... പോരേ..."

"നിന്റെ ഇഷ്ടംപോലെ."

അവൻ എഴുന്നേറ്റുകൊണ്ട് വിഷയം മാറ്റാനെന്നവണ്ണം ചോദിച്ചു.

"അമ്മയ്ക്കു പ്രത്യേകിച്ച് അസുഖമൊന്നുമില്ലല്ലോ..."

"ഒന്നുമില്ല" എന്നു പറഞ്ഞ് ചിരിച്ചു.

അവൻ പുറത്തേക്കു പോയ ഉടൻ സരോജിനി ജനലിനടുത്തു കിടന്ന ഈസിചെയറിൽ പോയി കിടന്നു.

ജനലുവഴി മുല്ലപ്പൂവിന്റെ മണവുമായി കുളിർകാറ്റു കടന്നു വന്നു. പുറത്ത് ഇരുട്ട് കനക്കുകയാണ്. പക്ഷികളുടെ ശബ്ദം കുറഞ്ഞിട്ടില്ല. സരോജിനി എന്തോ ഓർമ്മിച്ചപോലെ ചിരിച്ചു. വൈകുന്നേരമായാൽ പക്ഷിക്കൂട്ടത്തിന്റെ ശബ്ദം കേട്ടിരിക്കുന്നതായിരുന്നു തന്റെ നേരമ്പോക്ക്. പറമ്പിലെ കിണറ്റിൻകരയിലുള്ള ചെറിയ കൽകെട്ടിൽ പോയിരുന്ന് ചേക്കേറുന്ന കിളികളെ നോക്കിയിരുന്നത് അവളോർമ്മിച്ചു.

മരം മുഴുവൻ പൂത്തിരുന്നു. ആ മണം ചുറ്റും പരന്നു കിടന്നു. സരോസി കണ്ണുകൾ മൂടിക്കൊണ്ട് ദീർഘമായി ശ്വാസം അകത്തോട്ടു വലിച്ചു. പൂക്കളുടെ മണം മുഴുവൻ വലിച്ചെടുക്കാൻ. കിണറിനടുത്തുള്ള ഈ വലിയ മരം ഒരിക്കലും കളിപ്പിക്കാറില്ല. ഏതോ സത്യം നിറവേറ്റുന്ന പോലെ കൃത്യമായി കാലംതെറ്റാതെ പൂക്കുന്നു, കായ്ക്കുന്നു. തോട്ടം മുഴുവൻ വിസ്തരിച്ചു നോക്കി. ഒരു മൂലയിൽ നിന്ന വലിയ മരം അവളെപ്പോലെ വെറും നിഴലിനു മാത്രമായി നിൽക്കുന്നു.

തന്നെയും ഇവിടെ ആർക്കും ഓർമ്മയില്ല, ഭക്ഷണസമയത്തല്ലാതെ. 'വെശപ്പു മാറണമെങ്കിൽ എന്റെ ഓർമ്മ വരും' എന്ന് അവൾ തമാശയോടെ ഓർത്തു. എന്നാൽ ജംബുലിംഗത്തെക്കുറിച്ചോർത്തപ്പോൾ വെറുപ്പാണു തോന്നിയത്.

അവര് എന്നെപ്പറ്റി എന്താ വിചാരിച്ചിരിക്കുന്നത്? കഴുത്തിൽ താലി കെട്ടിയതുകൊണ്ട് എന്റെ മാനാഭിമാനമെല്ലാം പോയീന്നോ?

അവൾക്ക് അതൊക്കെ ആലോചിക്കുമ്പോൾ ദേഷ്യം ഇരമ്പി വരും. അവൻ കയറു നീട്ടുമ്പോൾ പുറകെ പോകുന്ന ആടാണോ ഞാൻ. ഇവിടെ ഈ വീട്ടിൽ എനിക്കെന്തു മതിപ്പാണുള്ളത്. വേലക്കാരിയുടെ സ്ഥാനം മാത്രം...

ഓർമ്മിക്കുമ്പോൾ ആകെ നാണക്കേടു തോന്നി. അച്ഛനും അമ്മയും ജോത്സ്യം നോക്കി ജോടിപ്പൊരുത്തവും ഒത്തിട്ടാ ആഭരണങ്ങളും പട്ടും പുടവയുമായി ഇങ്ങോട്ടയച്ചത്.

എന്നിട്ട് എന്തു കാര്യം. മരഗതം വരുന്നതുപോലെ ഉടുത്തിരിക്കുന്ന ചേല യോടെ വന്നാൽ പോരായിരുന്നോ. വേലക്കാരിക്ക് പട്ടും ആഭരണങ്ങളു മൊക്കെ എന്തിനാ...

പേരാണു വലിയത്... ജമീന്താർ ജംബുലിംഗത്തിന്റെ ഭാര്യ! അത് എങ്ങ നെയുള്ള ജീവിതമാണെന്നറിയണമെങ്കിൽ ഇവിടെ വന്നു കാണണം.

കഴിഞ്ഞ മാസം അടുത്ത ജില്ലയിലെ ജമീന്താരും അയാളുടെ ഭാര്യയും വന്നിരുന്നു. ആഭരണവും പട്ടുപുടവയുമണിഞ്ഞ് ആ സ്ത്രീ ഒരു രാജ്ഞി യെപ്പോലെയാണ് വന്നത്. എന്നാൽ അവളുടെ അടുത്തു ചെന്നിരുന്നു സംസാ രിച്ചത് ഈ രത്തിനമാണ്. കാപ്പീം പലഹാരോം തയ്യാറാക്കി കൊടുക്കാൻ മാത്രം ഈ ഞാൻ. പലഹാര പ്ലേറ്റുകൾ കൊണ്ടുവെയ്ക്കുമ്പോൾ ആ സ്ത്രീ രത്തിനത്തിനോടു പറയുന്നതു കേട്ടു.

“ഇത്രേം സുന്ദരിയായ വേലക്കാരി ഉള്ളത് ആപത്താ രത്തിനം, ജാഗ്രത യായിട്ടിരിക്കണം”

രത്തിനം അപ്പം എന്നെ അഹങ്കാരത്തോടെ നോക്കി.

“അത് അവരുടെ ആദ്യ ഭാര്യ. സൗന്ദര്യമൊക്കെ ഉണ്ടെന്നു പറഞ്ഞി ട്ടെന്താ ഫലം. ശരീരത്തിനു ബലമില്ല. ഒന്നിനും കൊള്ളില്ല. വെറും മരക്കട്ട പോലെ. ഇവള് ശരിയാകാത്തതു കൊണ്ടാ എന്നെ കെട്ടിക്കോണ്ടു വന്നത്.”

അടുക്കളയിൽ ചെന്നപ്പോൾ കൈയും കാലും വിറയ്ക്കുന്ന പോലെ തോന്നിയപ്പോൾ സരോസി നിലത്തിരുന്നു. ഒരു കാരണവുമില്ലാതെ തന്നെ അപമാനപ്പെടുത്തുകയാണെന്നു വിചാരിച്ച് കണ്ണു നിറഞ്ഞു.

വെറും മരക്കട്ടയാണെന്ന്...

വെണ്ണപോലെ തിളക്കമുണ്ടായിരുന്ന കൈയും കാലുമൊക്കെ അവൾ നോക്കി.

“സൗന്ദര്യമുണ്ടായിട്ടെന്താ ഫലം?”

ആ രത്തിനത്തിന് എന്തു സൗന്ദര്യമുണ്ടായിട്ടാ പോയി കല്ല്യാണം കഴി ച്ചത്. പുരുഷനെ തൃപ്തിപ്പെടുത്താൻ അറിയില്ലെന്ന്... അതെന്റെ കുറ വാണോ...? ‘ഭർത്താവിന്റെ മുഖത്ത് വെറുപ്പ് തോന്നിക്കാത്ത മട്ടിൽ സ്നേഹ ത്തോടെ പെരുമാറണം...’ എന്ന അമ്മയുടെ ഉപദേശത്തിന്റെ അർത്ഥവും ഇതുതന്നെ. വായ്ക്കു രുചിയായി പാചകം ചെയ്യുന്നതും ഇത്രേം വലിയ വീട്ടിലെ മുഴുവൻ ജോലികളും ചെയ്യുന്നതു പോരേ... അത് ഏതു വേല ക്കാരി കഴുതയ്ക്കും കഴിയും ഇല്ലേ...

മരത്തിൽ തൂങ്ങിയാടുന്ന കിളികളെ നോക്കി ഓരോന്ന് ഓർത്തുകൊ ണ്ടിരുന്ന സരോസിക്ക് ശരീരം മുഴുവൻ ചൂടു തോന്നി.

ഞാൻ വെറും മരക്കട്ടയൊന്നുമല്ല. എനിക്കും നിറയെ ആശകളുണ്ട്. ലക്ഷ്മിയും അവളുടെ ഭർത്താവും തമ്മിലുള്ള സ്നേഹവും ചിരിച്ച് കൈകോർത്ത് ഇരിക്കുന്നതുമൊക്കെ കാണുമ്പോൾ എന്റെ ഭർത്താവ് ഒരു ദിവസംപോലും സ്നേഹത്തോടെ സംസാരിച്ചിട്ടില്ലല്ലോ എന്നു തോന്നാറുണ്ട്. ആ മനുഷ്യന് മൃഗത്തിന്റെ ദാഹം മാത്രമാണ്. കടുവയെപ്പോലെ കടിച്ചു കീറാൻ പുറപ്പെടുന്ന ആ തടിച്ച കരുത്തുള്ള ശരീരം കാണുമ്പോൾ തന്നെ നടുങ്ങിപ്പോവും. വെറുപ്പാകും... മരക്കട്ടയായതുകൊണ്ടാണോ... എനിക്കെന്തു ചെയ്യാൻ പറ്റും. രത്തിനത്തിന് ഇതൊക്കെ കഴിഞ്ഞിട്ടും ക്ഷീണമില്ലെങ്കിൽ അവൾ കടുവയോ പുലിയോ മറ്റോ ആയിരിക്കും. എന്തെല്ലാം പേക്കൂത്തുകളാണ് ആ മനുഷ്യൻ കാണിച്ചത്. അവളെ എണ്ണ തേച്ച് കുളിപ്പിക്ക് എന്നു പറഞ്ഞ് ജംബുലിംഗം വിളിച്ചതും എന്തെങ്കിലും അർത്ഥം വെച്ചായിരിക്കും. ഞാൻ മാത്രം വെറും മരക്കട്ടയാണ്. ഒന്നിനും കൊള്ളാത്തവൾ എന്ന് ആക്ഷേപിക്കാൻ...

ഇരുട്ടു മൂടിയത് അറിയാതെ കിണറ്റിനടുത്ത് ഇരുന്നു. എല്ലാവരും ഏതോ ബന്ധുവിന്റെ കല്യാണത്തിന് അടുത്ത ഗ്രാമത്തിലേക്കു കെട്ടി ഒരുങ്ങിപ്പോയിരിക്കുന്നു. തന്നെ മാത്രം ആരും വിളിച്ചില്ല... ഒരിക്കലും വിളിക്കാറുമില്ല... മരഗതവും അവളുടെ ഭർത്താവുമാണ് തുണ... ഇപ്പോൾ അവരും അവരടെ വീട്ടിലേക്കു പോയി കഴിഞ്ഞിരിക്കുന്നു.

"തനിച്ച് ഈ ഇരുട്ടത്ത് ഇരുന്ന് എന്തു ചെയ്യുവാ..."

അവളാ ശബ്ദം കേട്ട് ഞെട്ടിപ്പോയി. ദിനകരൻ ചിരിച്ചുകൊണ്ടു നിൽക്കുന്നു. മുണ്ടു മടക്കികുത്തി ഷർട്ടിന്റെ കൈ മടക്കിവെച്ച് അവൻ മുമ്പിലേക്കു വന്നു. അവൾക്കു സമാധാനം തോന്നി.

"വേറെ എന്തു ചെയ്യാനാ... ഓരോന്ന് ആലോചിച്ചോണ്ടിരുന്നു..."

മുണ്ടിലെ പൊടി തട്ടിക്കളഞ്ഞുകൊണ്ട് അവൾ എഴുന്നേറ്റു.

നിലാവെളിച്ചത്തിൽ അവന്റെ ചിരിയും നിരയൊത്ത പല്ലുകളും തെളിഞ്ഞു കാണാം. ആ കണ്ണുകളിൽ ഒരു കളിയാക്കലുണ്ട്.

"ആലോചിച്ചിരിക്കണത് ഈ ഇരുട്ടത്തു വേണോ. അകത്തു പോയി വിളക്കു കത്തിച്ച് വെളിച്ചത്ത് ഇരിക്കാൻ മേലേ..."

"അവിടെ ആരിരിക്കണൂ. ചുമ്മാ ചുമരും കതകും നോക്കി അവിടെ ഇരിക്കാതെ ഇവിടെ വന്നാൽ കൂട്ടിന് മരങ്ങളും പക്ഷികളുമൊക്കെയുണ്ട്..."

അവളെ ഒരു നിമിഷം ശ്രദ്ധിച്ചു നോക്കിയിട്ട് ദിനകരൻ പറഞ്ഞു.

"തുണയ്ക്കായിട്ടല്ലേ ഞാൻ ഇപ്പോൾ വന്നിരിക്കണത്. വാ... വീട്ടിൽ പോയിരുന്നു സംസാരിക്കാം... ഞാൻ അകത്തേക്കൊന്നും വരില്ല. പുറത്ത് ഇരുന്നോളാം..."

യോഗ്യനായവൻ എന്ന് ഓർമ്മിച്ച് അവനോടൊപ്പം നടന്നു. ഇരുട്ടിൽ എന്തിലോ തട്ടി മറിഞ്ഞുവീഴാൻ തുടങ്ങിയപ്പോൾ പെട്ടെന്ന് അവൻ പുറകിൽ നിന്ന് രണ്ടു കൈകളുംകൊണ്ടു താങ്ങി.

“എന്തു പറ്റി... ആലോചിച്ചു നടന്നിട്ട് ഇപ്പം കണ്ണും കാണാൻ മേലേ...”

എന്ന ചോദ്യം കേട്ടവൾ ചിരിച്ചു പോയി. പെട്ടെന്നു കയറിപിടിച്ചതോർത്തപ്പോൾ വല്ലാതെ തോന്നി. ജംബുലിംഗത്തിന്റെ സ്പർശംകൊണ്ട് തന്റെ ശരീരം ഇതുപോലെയായിട്ടില്ലെന്നോർത്ത് അവൾ ദീർഘമായി ശ്വസിച്ചു.

“എന്താ മുത്തശ്ശി ഇരുട്ടത്ത് ഇരുന്ന് എന്തു ചെയ്യുവാ...” സരോജിനിക്ക് പരിസരബോധം ഉണ്ടാകാൻ ഒന്നു രണ്ടു നിമിഷമെടുത്തു.

മുറി മുഴുവൻ ലൈറ്റ് തെളിയിച്ചിട്ട് അരുണ അടുത്തു നിൽക്കുന്നു.

“വാ കണ്ണാ... ചുമ്മാ ഇരുന്നതാ... എനിക്കു വേറെ പണിയൊന്നുമില്ലല്ലോ...”

സരോജിനി ഇതു പറഞ്ഞ് ചിരിച്ചു.

പതിമൂന്ന്

അരുണ കുറച്ചു നേരം മുത്തശ്ശിയെ സൂക്ഷിച്ചു നോക്കി.

"എന്തോ വലിയ ആലോചനയിലാണെന്നു തോന്നുന്നു. എന്തു പറ്റി..."

അവളുടെ സംസാരത്തിൽ അല്പം പരിഹാസമുണ്ടെന്നു മനസ്സിലായി.

"ഉപ്പും ചുവയുമില്ലാത്ത എന്തെങ്കിലും ഭക്ഷണം കഴിക്കണം... പിന്നെ എവിടെയെങ്കിലും ചടഞ്ഞു കൂടിയിരിക്കും. അപ്പോ പഴയ കാര്യങ്ങള് ഓരോന്ന് ആലോചിച്ച് വെറുതേ സമയം കളയും. അല്ലാതെന്താ..."

"എനിക്കെന്തോ മുത്തശ്ശിയുടെ ഓർമ്മകളൊക്കെ നല്ല അർത്ഥമുള്ളതാണെന്നാ തോന്നണത്... അമ്മയെ പോലല്ല..."

"അതെന്താ?"

"അമ്മയ്ക്കെന്താ സന്തോഷത്തോടെയുള്ള ജീവിതം... വലിയ കാര്യങ്ങളൊന്നും ചിന്തിക്കേണ്ട കാര്യമുണ്ടോ..."

"എനിക്കു മാത്രമെന്താ... ഞാൻ പഠിപ്പില്ലാത്തവളാ... നിന്റെ അമ്മയാണെങ്കിൽ അങ്ങനെയാണോ?"

"പഠിപ്പും കാര്യബോധവും രണ്ടാണെന്ന് മുത്തശ്ശിക്ക് അറിയില്ലേ. അതു സ്വഭാവഗുണമാ... മുത്തശ്ശി എന്തു കഷ്ടപ്പെട്ട് മനസ്സു തകർന്ന് എത്ര നാളു കഴിഞ്ഞതാ..."

അതുകേട്ട് സരോജിനി അല്പം നിവർന്നിരുന്നു.

"ചക്കുമാടുപോലെ പണിയെടുത്ത് അടുക്കളേ കിടന്നിട്ടും മുത്തശ്ശിക്ക് ദേഷ്യമേ വന്നില്ലേ..."

"ആരോട്?"

"ഭർത്താവിനോട്... മുത്തശ്ശി ഗർഭിണിയായിരുന്നപ്പോഴും അടിക്കുമായിരുന്നോ."

സരോജിനി മെല്ലെ തല താഴ്ത്തി മനസ്സ് തുറക്കുകയാണ്. മുമ്പിൽ ഒരു കറുത്ത ബെൽറ്റുമായി ജംബുലിംഗം നിന്നു.

"അഹങ്കാരം പിടിച്ച കഴുത..."

എത്ര പ്രാവശ്യം അടി വീണിരിക്കുന്നു, മുതുകിൽ. ഓർമ്മയില്ല. എന്നിട്ടും കഴുതയുടെ വായിൽ നിന്ന് ഒരു വാക്കുപോലും പുറത്തു വന്നില്ല. തനിക്കതിനുള്ള അധികാരമില്ലെന്നപോലെ.

സരോജിനി ജനലിലൂടെ ഇരുണ്ട ആകാശത്തേക്കു നോക്കിക്കൊണ്ടു പറഞ്ഞു.

“ദേഷ്യപ്പെട്ടിട്ടൊന്നും അപ്പോ ഒരു പ്രയോജനവുമില്ല കണ്ണാ... ഒന്നും മിണ്ടാതിരിക്കാം, ദേഷ്യം കാണിച്ച്...”

“അങ്ങനെ ഇരുന്നിട്ടുണ്ടോ...”

“പിന്നെ... അതിനാണ് പിന്നെ അടിയും ചവിട്ടും.”

“എങ്ങനെയാ ദേഷ്യം കാണിക്കണത്”

“ഓ, അതൊന്നും ഓർമ്മയില്ല...”

സരോജിനി ചിരിച്ചു പോയി. ഒപ്പം അരുണയും... പെട്ടെന്ന് ഓർമ്മിച്ചതുപോലെ സരോജിനി അവളെ നോക്കിക്കൊണ്ടു പറഞ്ഞു.

“നീ ഇരിക്കെടി... എന്നിട്ട് ഇന്ന് എന്തൊക്കെ നടന്നൂന്ന് പറ... എന്താ വരാൻ വൈകിയത്.”

“ഇന്നു നല്ല ജോലിയുണ്ടായിരുന്നു. പിന്നെ വൈകിട്ട് ഒരു ഫിലിം കാണിച്ചു. വീട്ടിലു വന്നാലും എന്തു ചെയ്യാനാണെന്നു വിചാരിച്ച് അവിടെ ഇരുന്ന് അതു മുഴുവൻ കണ്ടു...”

“ശരി... എന്നാ ഒന്നു ഫോൺ ചെയ്യാമായിരുന്നില്ലേ.”

“മറന്നു പോയി.”

“നിന്റെ അമ്മയോട് എത്രനാളാ ദേഷ്യപ്പെട്ടിരിക്കാൻ പോണത്.”

“സത്യത്തിൽ മറന്നുപോയിട്ടാ മുത്തശ്ശി.”

അവൾ കൊഞ്ചലോടെ പറഞ്ഞു.

“മറവി വന്നത് അമ്മയോടുള്ള ദേഷ്യം കൊണ്ടായിരിക്കും. കുറെ സമയം കാത്തിരുന്ന വേദനിക്കട്ടെ എന്നു വിചാരിച്ചു കാണും. എന്നാ ഒരു കാര്യം നീ മറന്നു. അവളു മാത്രമല്ല വേദനിക്കണത് ഇവിടെ എല്ലാവരുമാ...”

“സോറി മുത്തശ്ശി... ഇനിമേൽ ഫോൺ ചെയ്യാൻ മറക്കില്ല. പോരേ...”

“ശങ്കറെ ഇന്നു കണ്ടോ...”

അരുണ പെട്ടെന്ന് ആ ചോദ്യം പ്രതീക്ഷിച്ചില്ല.

“ഇല്ല... എന്താ ചോദിച്ചത്... ഒരാഴ്ചയായി അവനെ കണ്ടിട്ട്.”

“അവന്റെ ഭാര്യയെ ഞാനിതുവരെ കണ്ടിട്ടില്ല. ഒരു ദിവസം ഇങ്ങോട്ടു കൂട്ടീട്ടുവരാൻ പറ...”

"ഓഹോ... അതൊക്കെ പറയാം. പക്ഷേ, അവർക്കു സമയം കിട്ടുമോന്നറിയില്ല. ഡോക്ടറല്ലേ."

"ഓ, അതാണോ അവളെ അവന്റെ കൂടെയൊന്നും കാണാത്തത്."

"സാധാരണ അവരു വീട്ടിലു വരുമ്പോൾ തന്നെ ഏഴര എട്ടുമണിയാകും. ഇത്രേം അടുപ്പമുണ്ടായിട്ടും ഞാൻതന്നെ അവരെ അധികം കണ്ടിട്ടില്ല."

"കണ്ടിട്ടുണ്ടല്ലോ... എങ്ങനെയുള്ളവളാ..."

സരോജിനി തിരക്കി.

അരുണയുടെ പുരികങ്ങൾ അല്പം ഉയർന്നു.

"എന്താ... നല്ല ആളാണെന്നു തോന്നുന്നു... നല്ല പഠിപ്പും പണവുമൊക്കെ ഉണ്ടെങ്കിലും നമ്മളോട് അതൊന്നും ഭാവിക്കാതെ ഇടപെടും."

ചോദിക്കേണ്ടെന്നു വിചാരിച്ചിട്ടും സരോജിനി ചെറിയ ചിരിയോടെ തിരക്കി.

"ശങ്കറും അവളും തമ്മിൽ നല്ല അടുപ്പത്തോടെ തന്നെയാണോ കഴിയുന്നത്..."

പെട്ടെന്ന് അരുണ മുത്തശ്ശിയെ തറപ്പിച്ചൊന്നു നോക്കി. പിന്നെ ചിരിച്ചോണ്ടു ചോദിച്ചു.

"മുത്തശ്ശീം അമ്മേടെ ഗ്രൂപ്പിൽ ചേർന്നോ."

"ഏയ്... ഞാൻ ചുമ്മാ ചോദിച്ചതാ..."

"മുത്തശ്ശി വെറുതേ ചോദിക്കില്ല... അമ്മ എന്തെങ്കിലും പറഞ്ഞിട്ടുണ്ടാവും.."

"ഏയ് അമ്മ ഒന്നും പറഞ്ഞിട്ടില്ല. ഞാൻ വെറുതേ ആലോചിച്ചു ചോദിച്ചതാ."

"എന്താലോചിച്ച്"

"പറഞ്ഞാ നിനക്കു ദേഷ്യം വരുമോ?"

അവൾ മുത്തശ്ശിയുടെ നെറ്റിയിൽ ഉമ്മവച്ചുകൊണ്ടു പറഞ്ഞു.

"മുത്തശ്ശിയുടെ അടുത്ത് ഒരു ദേഷ്യവുമില്ല."

"ആ ശങ്കറിനു കല്യാണമായിട്ടില്ലെന്നാ ഞാൻ വിചാരിച്ചത്. നല്ല പയ്യനാണ്. നിന്നോടു വലിയ കാര്യവുമാണ്. അപ്പോ നീയും അവനും തമ്മിലുള്ള കല്യാണം നടത്തിയാലോ എന്നുവരെ ആലോചിച്ചതാ..."

അരുണ ചിരിച്ചുകൊണ്ട് സരോജിനിയുടെ തലയിൽ മെല്ലെ തട്ടിക്കൊണ്ടു പറഞ്ഞു.

“വല്ലാത്ത ആളുതന്നെ. ഇങ്ങനെയൊക്കെ ഞാനും വിചാരിച്ചുവെന്നാണോ. ഭാഗ്യം. ശങ്കറും മല്ലികയും നല്ല സ്നേഹത്തിൽ കഴിയുന്നവരാ. ശങ്കറും ഞാനും വെറും ഫ്രെണ്ട്സു മാത്രമാ... മുത്തശ്ശിയെങ്കിലും ഈ കാര്യത്തിൽ എന്നെ മനസ്സിലാക്കില്ലേ...”

“എനിക്കു മനസ്സിലാക്കാൻ പറ്റും. എന്നാൽ എല്ലാർക്കും ഇങ്ങനെ മനസ്സിലാവണമെന്നില്ല. മറ്റുള്ളവര് എന്തു വേണമെങ്കിലും വിചാരിച്ചോട്ടേന്നു വെയ്ക്കാൻ പറ്റില്ല, നിന്റെ അമ്മ പറയണപോലെ.”

“അമ്മ നാട്ടുകാരു പറയണതു വിശ്വസിക്കും. സ്വന്തം മകളെ വിശ്വസിക്കില്ല.”

“ചുമ്മാ അമ്മയെ കുറ്റപ്പെടുത്തണ്ട അരുണാ... ഞാൻ ഒരു കാര്യം പറയാം. ഈ ഞായറാഴ്ച ആ മല്ലികേം ശങ്കറിനേം നമ്മടെ വീട്ടിലേക്കു വിളിക്ക്, ഭക്ഷണം കഴിക്കാൻ... അപ്പോ നിന്റെ അമ്മയ്ക്കും സമാധാനമാകും...”

“എന്തായാലും അമ്മയ്ക്ക് ഇക്കാര്യത്തില് സമാധാനമൊന്നും ഉണ്ടാകാൻ പോണില്ല. ഞാൻ ഈ വീട്ടിലു കഴിയണതാ എല്ലാവർക്കും വിഷമം. അതുകൊണ്ട് വിദേശത്തെങ്ങാനും പോയി വല്ല കോഴ്സിനും ചേരണം.”

അരുണയുടെ മുഖം വാടുന്നതു കണ്ട് സരോജിനി അവളുടെ കൈയിൽ പിടിച്ച് വാത്സല്യത്തോടെ തലോടി.

“ഇങ്ങനെയൊന്നും പറയരുതു കണ്ണാ... നിന്റെ അമ്മേടെ കാര്യമൊക്കെ ഞാൻ ശരിപ്പെടുത്തിക്കൊള്ളാം... വിദേശത്തു പോയി പഠിക്കണമെങ്കിൽ പോ... പക്ഷേ, ഇവിടത്തെ പ്രശ്നം കാരണം ഓടിപ്പോണതുപോലെ ആവരുത്. ഒരു കുഴപ്പോം നിനക്കുണ്ടാവില്ല... കുടുംബത്തിനു നാണക്കേടുണ്ടാക്കുന്ന ഒരു കാര്യേം നീ ചെയ്യില്ലെന്ന് എനിക്കറിയാം.”

“ഞാനതിന് അങ്ങനെ വല്ലതും ചെയ്തോ...”

“നമുക്കറിയില്ല അരുണ. നാട്ടുകാര് ഇതെല്ലാം വേറൊരു കണ്ണിക്കൂടെയേ കാണൂ. അവരു പലതും പറഞ്ഞു പരത്തും. അതറിഞ്ഞാ ആ നല്ല സ്വഭാവമുള്ള മല്ലികയെപ്പോലും ആളുകൾ വേറൊരു തരത്തിലേ കാണൂ... അതുകൊണ്ടാ ഒരു ദിവസം അവരെ രണ്ടുപേരേം ഇങ്ങോട്ടു വിളിക്കാൻ പറഞ്ഞത്. എന്നിട്ട് നിങ്ങളൊരുമിച്ച് രണ്ടുമൂന്നിടത്തൊക്കെ ഒരുമിച്ചു വേണമെങ്കി പോയിട്ടു വാ...”

“ഭക്ഷണം കഴിക്കാൻ അവരെ വിളിക്കാം. എന്നാ പുറത്തൊക്കെ ഞാനെന്തിനാ അവരടെകൂടെ പോണത്. അല്ലെങ്കിൽ തന്നെ മല്ലികയ്ക്ക് ശങ്കറിനൊപ്പം കഴിയാൻ സമയം വളരെ കുറവ്. മുത്തശ്ശി ഇക്കാര്യത്തിലൊന്നും

പേടിക്കണ്ട... നിങ്ങളെ എല്ലാരേക്കാളും എന്നെ നന്നായിട്ടു മനസ്സിലാക്കിയിട്ടുള്ളവളാ മല്ലിക. ശങ്കറിനോട് എനിക്ക് എന്ത് അടുപ്പമുണ്ടോ അതേപോലുള്ള അടുപ്പം അവളോടുമുണ്ട്. എന്റെ പ്രശ്നങ്ങൾ അറിഞ്ഞപ്പോൾ ബന്ധം ഒഴിയാൻ ഹർജി കൊടുക്കാൻ പോലും പറഞ്ഞത് അവളാ... അല്ലാതെ ശങ്കറല്ല... ബന്ധം ഒഴിയുന്ന കാര്യത്തിൽ ധൃതിവയ്ക്കരുതെന്നാ ശങ്കറു പറഞ്ഞോണ്ടിരുന്നത്..."

"നീ ഇക്കാര്യമൊന്നും നേരത്തെ പറഞ്ഞിട്ടേ ഇല്ലല്ലോ."

"ഇതൊക്കെ പറയേണ്ട ആവശ്യമെന്താ മുത്തശ്ശി... കേസു തീരുന്നതുവരെ എനിക്ക് ഒറ്റ കാര്യമേ ഉണ്ടായിരുന്നുള്ളു. നമുക്ക് അനുകൂലമായ വിധി ഉണ്ടാകണമെന്ന്. പ്രഭാകർ കൈയ്യിലുള്ള കാശൊക്കെ ഇറക്കി എന്തു വേണമെങ്കിലും ചെയ്യുമെന്ന ഭയവും ഉണ്ടായിരുന്നു. അവന് അത്ര ദുഷ്ട മനസ്സാ... അവൻ കണ്ട പെണ്ണുങ്ങളോടൊക്കെ അടുപ്പം വച്ചോണ്ടിരിക്കുന്നവനാ. എന്റെ മുമ്പിൽ വെച്ച് അതൊക്കെ കണ്ടപ്പഴാ ഞാനിതൊക്കെ അവസാനിപ്പിക്കാൻ തീരുമാനമെടുത്തത്. അതുകൊണ്ട് എന്നോടുള്ള ദേഷ്യം തീർക്കാനാ പ്രഭാകർ, ഞാനും ശങ്കറും തമ്മിൽ ബന്ധമാണെന്നൊക്കെ പറഞ്ഞു പരത്തിയത്. നാക്കിനു ഞരമ്പില്ലാത്ത നന്ദികെട്ട ഒരുത്തനെ അങ്ങനെയൊക്കെ പറയാൻ പറ്റൂ. ശങ്കർ അവന് എന്തെല്ലാം സഹായം ചെയ്തു കൊടുത്തിട്ടുള്ളതാ... മല്ലികയ്ക്ക് ഇതെല്ലാം നന്നായിട്ടറിയാം. പ്രഭാകറിനെപ്പറ്റി അവൾക്ക് അടുത്തറിയാം. എന്നെ കൊല്ലാൻ പോലും മടിക്കാത്തവനാ അവൻ."

സരോജിനി ഇതു കേട്ട് പരിഭ്രമത്തോടെ അരുണയെ നോക്കി. ഇത്തരം കാര്യങ്ങളെല്ലാം ഈ പറയുന്നത് അരുണയോ സരോസിയോ?

പതിനാല്

ഇന്ന് ശനിയാഴ്ച.

രാവിലെ എഴുന്നേറ്റപ്പോഴെ കാർത്തികേയന്റെ ഒഴിവുദിവസമാണെന്നു സരോജിനി ഓർമ്മിച്ചു. ഇന്നലെ രാത്രി കിടക്കാൻ പോകുന്നതിനു മുമ്പു പറഞ്ഞിരുന്നു.

“അമ്മ കാണണമെന്നു പറഞ്ഞില്ലേ, ആ ആളെ നാളെ കാണാൻ പോകാം.”

എനിക്കായിട്ടു പോകാം എന്ന മട്ടിലാണ് അവന്റെ പറച്ചിലെന്നു തോന്നി. ‘ഇവന്റെ അച്ഛൻ ഇവനോട് എന്തൊക്കെയോ പറഞ്ഞിട്ടുണ്ട്’ എന്ന് ഓർത്തപ്പോൾ ഉത്കണ്ഠ തോന്നി. ‘എനിക്കൊരു ശത്രുവുണ്ടെന്ന്’ വർണ്ണിച്ചവർ അതു മാത്രമായിട്ടു പറയില്ല.

ജംബുലിംഗത്തിന്റെ ദേഷ്യം തിളയ്ക്കുന്ന കണ്ണുകൾ ഇപ്പോഴും മുന്നിലുണ്ട്. ഇപ്പോൾ അതോർമ്മിക്കുമ്പോൾ പോലും ആധി തോന്നും. സിനിമാതിയേറ്ററിനകത്ത് പ്രഭാകറെ കണ്ടപ്പോൾ അരുണയ്ക്കു തോന്നിയ പോലെ.

എന്നാൽ അരുണയ്ക്ക് ആ ഭയത്തിൽ നിന്നു പുറത്തുവരാൻ കഴിഞ്ഞു. ഇനി നാലഞ്ചു വർഷം കൂടി കഴിയുമ്പോ പ്രഭാകറെപ്പറ്റി അവൾ മറന്നുപോകും. അല്ലാതെ എന്നെപ്പോലെ മരിക്കുന്നതുവരെ അടിവയറ്റിൽ ആധിയായി ചുമന്നുകൊണ്ടു നടക്കില്ല.

അടി പേടിച്ചിട്ടാണ് വാ തുറക്കാതെ ഇരുന്നത്. ഇത്രയൊക്കെ അനുഭവിച്ചു തീർന്നതിനുശേഷം ‘ദൈവപിറവി’യെന്നാണ് അമ്മായിയമ്മ മരിക്കുമ്പോൾ തന്നെ വിശേഷിപ്പിച്ചതെന്ന് സരോജിനി ഓർമ്മിച്ചു.

ഇപ്പോ അതെല്ലാം ഓർക്കുമ്പോൾ ചിരിക്കാനാണ് തോന്നുക. രത്തിനത്തിന്റെ കളിയാക്കലും വെറുപ്പും അനുഭവിച്ച് ഞാൻ സഹനശക്തിയിൽ പട്ടം നേടുകയായിരുന്നു. രത്തിനം ഇപ്പം തുരുതുരെ കുട്ടികളെ പെറും എന്നു വിചാരിച്ച് തുടക്കത്തിൽ നടത്തിയ സൽക്കാരവും സ്വീകരണവുമെല്ലാം പ്രയോജനപ്പെടില്ലെന്ന് അമ്മായിയമ്മയ്ക്കു മനസ്സിലായി. അതോടെ എല്ലാവർക്കും അവളോടുള്ള മതിപ്പു കുറഞ്ഞു. ആ സമയത്താണ് വീണ്ടുവിചാരം നടത്തിയവളെപ്പോലെ അമ്മായിയമ്മ എന്നോടു കുറേശ്ശെ താത്പര്യം

കാണിക്കാൻ തുടങ്ങിയത്. എന്റെ വയറ്റിൽ ഒരു കുഞ്ഞു വളരുന്നു എന്നറിഞ്ഞ നിമിഷം മുതൽ അമ്മായിയമ്മയുടെ മട്ട് ആകെ മാറിപ്പോയി.

"ചുമ്മാ പറയുകയല്ല... അവരുടെ സഹായമില്ലായിരുന്നെങ്കിൽ ഞാൻ ഈ കുഞ്ഞിനെ പ്രസവിക്കില്ലായിരുന്നു."

സരോജിനി ഒരു ദീർഘനിശ്വാസത്തോടെ എഴുന്നേറ്റ് ജനൽ മറഞ്ഞു കിടന്ന കർട്ടൻ നീക്കി. പെട്ടെന്നടിച്ച വെയിൽ നോക്കിക്കൊണ്ട് അവൾ നിന്നു.

കാർത്തികേയനെ പത്തുമാസം ചുമന്നു പ്രസവിച്ചത് ഒരു മത്സരം പോലെയായിരുന്നു. ഒരു ലക്ഷ്യംവെച്ചുള്ള പരിശ്രമം.

"അമ്മ മുഖം കഴുകിയോ, കാപ്പി കൊണ്ടുവരട്ടെ."

മുരുകൈയന്റെ ശബ്ദം.

"ഇല്ല... ഞാനിപ്പം വരാം..." എന്നു പറഞ്ഞ് അവൾ കുളിമുറിയിലേക്കു കയറി.

പതിവില്ലാതെ വേഗത്തിൽ പല്ലുതേച്ച് മുഖം കഴുകി വന്നു. കാർത്തികേയൻ ഡൈനിംഗ് ടേബിളിൽ പേപ്പർ പരത്തിയിട്ട് വായനയും കാപ്പികുടിയുമാണ്. നളിനി ഏതോ വാരികയിൽ തല താഴ്ത്തി ഇരിക്കുന്നു. സരോജിനിയെ കണ്ടയുടനെ 'മുരുകൈയ്യാ അമ്മയ്ക്കു കാപ്പി കൊണ്ടു വാ' എന്നു ശബ്ദിച്ചിട്ട് വീണ്ടും വായനയിൽ തല പൂഴ്ത്തി.

"എന്താ രാവിലെ തന്നെ നീ ഇത്ര കാര്യമായിട്ടു വായിക്കണത്."

കാർത്തികേയൻ നളിനിയെ ശ്രദ്ധിച്ചുകൊണ്ടു ചോദിച്ചു.

"ഒരു തുടർക്കഥയാ... ഇതു വായിച്ചു തീർത്താലെ മറ്റു പണിയൊക്കെ നടക്കൂ."

"അതെന്താ അത്ര രസം പിടിപ്പിക്കുന്ന കഥയാണോ?"

"അതാണ് എഴുതുന്നവരുടെ മിടുക്ക്. കഥയൊക്കെ തുടങ്ങിയിട്ടേയുള്ളു. എന്നാലും വായിച്ചു തീർക്കാതിരിക്കാൻ പറ്റുന്നില്ല."

സരോജിനി അതൊക്കെ ശ്രദ്ധിച്ചുകൊണ്ട് കാപ്പി കുടിച്ചു.

"ഇന്ന് എത്ര വാരികകൾ വന്നിട്ടുണ്ട്."

കാർത്തികേയൻ തിരക്കി.

"ഒരെണ്ണം"

"ഭാഗ്യം! പെട്ടെന്ന് അതു വായിച്ചു തീർത്തിട്ട് ജോലിയൊക്കെ തീർക്കാൻ നോക്ക്. രാവിലെ ബ്രേക്ക് ഫാസ്റ്റ് കഴിഞ്ഞാലുടനെ നമുക്ക് ആ ദിനകരനെ കണ്ടിട്ടു വരാം."

"ഞാൻ വരണോ... വേണോ അമ്മേ"

നളിനി തിരക്കി.

"ഞാൻ അരുണയേയും കൂട്ടി പോകണമെന്നാ വിചാരിച്ചത്. വയസ്സായ ആളല്ലേ, എല്ലാവരും ചെന്നാലും സന്തോഷമാകും."

സരോജിനി പറഞ്ഞതു കേൾക്കാത്ത മട്ടിൽ നളിനി കുറെ നേരം വായനയിൽ തന്നെ മുഴുകി. പിന്നെ പെട്ടെന്ന് ഓർമ്മിച്ചതുപോലെ തല പൊക്കി.

"എന്താ പറഞ്ഞത്... നിങ്ങളു രണ്ടു പേരും മാത്രം പോയിട്ടു വന്നാ മതി. എനിക്കിവിടത്തെ ജോലിയൊക്കെ തീർക്കാൻ കുറെ സമയമാകും... അരുണയെ നിങ്ങളു കൂട്ടീട്ടു പോയാൽ പിന്നെ വർത്തമാനം എളുപ്പം തീരില്ല. കല്യാണം ആയോ ഭർത്താവ് എന്തു ചെയ്യുന്നു എന്നൊക്കെ അവരു ചോദിക്കുവേം ചെയ്യും. നമ്മടെ ഗ്രാമത്തിലെ വയസ്സായ ആളടെ അടുത്തു പോയിട്ട് കള്ളം പറയാൻ പറ്റുമോ. അതുകൊണ്ട് അവളെ കൊണ്ടുപോയി എന്തിനാ നാണക്കേട് വിലകൊടുത്തു വാങ്ങുന്നത്."

ഇവളുടെ ചിന്തയെല്ലാം ഒരേ തരത്തിലാണല്ലോ. ഒരു മാറ്റവുമുണ്ടാകുന്നില്ലല്ലോ എന്നു തോന്നി.

"ശരി, എന്നാ ഞാനും കാർത്തികേയനും പോയിട്ടു വരാം."

"മുരുകൈയനേം കൂട്ടിക്കോ അവനും പോരണമെന്നു പറഞ്ഞിരിക്കുവാ..."

"ഞാൻ വന്നിട്ട് ഭക്ഷണമെല്ലാം തയ്യാറാക്കാം"

യാത്രയ്ക്കുള്ള ആഹ്ലാദത്തോടെ മുരുകൈയൻ പറഞ്ഞു.

"കഷ്ണമൊക്കെ നുറുക്കി വെച്ചിട്ടു പോ... ഇന്ന് ഞാൻ ചെയ്തോളാം..."

നളിനി ഇതു പറയുമ്പോൾ സരോജിനി എഴുന്നേറ്റു.

ദിനകരന്റെ കുടുംബം തന്റെ അന്തസ്സിനു പറ്റാത്തതുകൊണ്ടായിരിക്കും നളിനി ഇത്രയും ശ്രമപ്പെടണതെന്നു തോന്നി. ഒരു കണക്കിനു വരാത്തതു നന്നായി. 'ഞാൻ ഇപ്പോ കുളിച്ചു തയ്യാറാകാം' എന്നു പറഞ്ഞ് സരോജിനി തിടുക്കത്തോടെ മുറിയിലേക്കു പോയി.

കുളിച്ച് പതിവു കീർത്തനങ്ങൾ ചൊല്ലി. പുതിയൊരു സാരി ഉടുത്തുകൊണ്ട് നിലക്കണ്ണാടിയിൽ നോക്കുമ്പോൾ 'അവന് ഇപ്പോ എന്നെ കണ്ടാൽ മനസ്സിലാക്കാൻ പോലും പറ്റില്ല.' എന്നോർത്ത് ചിരി വന്നു.

"കണ്ടാൽ മഹാലക്ഷ്മി മാതിരി ഇരിക്കുമെന്നു പറഞ്ഞു..."

രൂപത്തിനും ജീവിതത്തിനും തമ്മിൽ നിറയെ വ്യത്യാസമുണ്ടെന്ന് എന്റെ ജീവിതത്തിൽ നിന്നും മനസ്സിലായെന്നു പറഞ്ഞില്ലേ...

"ഹലോ മുത്തശ്ശി..."

സരോജിനി കണ്ണാടിയിൽ തെളിഞ്ഞ അരുണയെ കണ്ടു ചിരിച്ചു.

"വാ... നമുക്കെന്തെങ്കിലും കഴിക്കാം" അരുണ വിളിച്ചു.

"അമ്പടാ... ഇന്ന് മുത്തശ്ശി കലക്കി. ഈ ചുവപ്പുസാരി നന്നായി ചേരുന്നുണ്ട്."

അതു കേട്ടപ്പോൾ ഉണ്ടായ നാണം മറയ്ക്കാൻ സരോജിനി സാരിയുടെ അറ്റം ശരിപ്പെടുത്തിക്കൊണ്ടിരുന്നു.

"ഇത്രേം വയസ്സായവർക്ക് എന്തോന്ന് ചേർച്ച"

സരോജിനി മനസ്സിൽ പറഞ്ഞു.

"നമ്മടെ ഗ്രാമത്തിലുണ്ടായിരുന്ന ആരെയോ കാണാൻ പോവുവല്ലേ... ഞാനും വരാം" എന്നായി അരുണ.

"വരാം... പക്ഷേ ആദ്യം അമ്മയോടു പോയി ചോദിക്ക്. അവളു സമ്മതിച്ചാ വരാം."

"അമ്മയോടെന്തിനാ ചോദിക്കണെത്. നന്നായിരിക്കും... എനിക്കും ആ വയസ്സായ ആളെ കാണണം... ഞാൻ അവിടെ ചെന്ന് വിവാഹമോചനം നേടിയവളാണെന്നൊന്നും പ്രസ്താവിക്കില്ല... പോരേ..."

മറുപടി പറയാതെ അവളുടെ തോളിൽ പിടിച്ചു. അരുണയുടെ ഭംഗിയുള്ള മുഖം അടുത്തു കണ്ടു.

"ഞാൻ മനസ്സിലാക്കിയിടത്തോളം ദിനകരൻ അങ്ങനെയൊന്നും അന്വേഷിക്കുന്ന ആളല്ല കണ്ണാ..."

"മുത്തശ്ശി അവരെക്കണ്ടിട്ട് എത്ര വർഷമായി."

"നിന്റെ അച്ഛന്റെ വയസ്സായി."

"അപ്പാ... എന്നിട്ടും മുത്തശ്ശിക്ക് ആ മനുഷ്യനെ ഓർമ്മയുണ്ടോ..."

"നമ്മടെ വീട്ടില് അടിക്കടി വരുന്ന ആളായിരുന്നെടീ... അതുകൊണ്ട് ഓർമ്മയുണ്ട്."

അരുണ ഇനിയും കിള്ളി കിള്ളി ചോദിക്കാണ്ടാന്നു കരുതി സരോജിനി പറഞ്ഞു.

"നീ വരണൊണ്ടെങ്കിൽ പെട്ടെന്നു പോയി റെഡിയാക്... പെട്ടെന്നു പോയി നേരത്തെ തിരിച്ചു വരാം."

അരുണ പോയ ഉടനെ സരോജിനി വീണ്ടും തന്റെ രൂപം കണ്ണാടിയിൽ നോക്കി. എങ്ങനെയാ ഞാനീ ചുവപ്പുസാരി തന്നെ ഈ സമയത്ത് ഉടുത്തത്.

കാറിൽ കേറിയപ്പോൾ മുതൽ മുരുകൈയൻ അവന്റെ ഓർമ്മയിലുള്ള പഴയ ഗ്രാമത്തിലെ കാര്യങ്ങളൊക്കെ പറഞ്ഞുകൊണ്ടിരുന്നു.

സരോജിനി അതൊക്കെ കേൾക്കുന്ന മട്ടിൽ സീറ്റിൽ തല ചായ്ച്ചിരുന്നു. ശ്യാമള തന്ന വിലാസം തിരഞ്ഞു പിടിച്ച് കാർ ഒരു ഇടവഴിയിലെ ഒരു ചെറിയ വീടിന്റെ മുന്നിൽ നിന്നു.

സരോജിനി മനസ്സിൽ പൊങ്ങി വന്ന ആഹ്ലാദത്തോടെ ആ വീട് ഒരു നിമിഷം നോക്കിക്കൊണ്ട് കാറിൽ നിന്നിറങ്ങി.

വണ്ടി ശബ്ദം കേട്ട് ശ്യാമള ഇറങ്ങി വന്നു. പെട്ടെന്നവരെ കണ്ടപ്പോൾ അവളുടെ മുഖത്ത് അദ്ഭുതം. ചിരിച്ചുകൊണ്ട് ഓടി വന്ന് അവൾ അകത്തേക്കു കൂട്ടിക്കൊണ്ടുപോയി.

"മുത്തശ്ശാ..." ശ്യാമള ഉറക്കെ വിളിച്ചു.

"ദേ നോക്ക്... ജംബുലിംഗം ജമീന്താറുടെ വീട്ടീന്നു വന്നിരിക്കുന്നു."

ശ്യാമള സന്തോഷത്തോടെ ഉറക്കെ വിളിച്ചു പറയണ കേട്ടപ്പോൾ സരോജിനിയുടെ നെഞ്ചു പിടച്ചു.

ഉള്ളിലേക്കു കയറിയപ്പോൾ ചാരുകസേരയിൽ കിടക്കുന്നത് ദിനകരനാണെന്നു മനസ്സിലായി. എന്തു ക്ഷീണിച്ചിരിക്കുന്നു? എന്ന് ഓർത്തപ്പോൾ സന്തോഷവും സഹതാപവും സരോജിനിയുടെ മനസ്സിൽ നിറഞ്ഞു.

"വാ... സരോജിനിയമ്മ വാ..."

ദിനകരന്റെ ശബ്ദത്തിനു പഴയ മുഴക്കം ഇപ്പോഴും തോന്നി.

"എങ്ങനെ ഇരിക്കുന്നു, സുഖമല്ലേ..."

ദിനകരൻ ചോദിക്കുന്നതു കേട്ട് സരോജിനി തല പൊക്കി അവന്റെ കണ്ണുകളിലേക്കു നോക്കി. അതിൽ ഇപ്പോൾ പരിഹാസമില്ലെന്നു കണ്ടപ്പോൾ അവളുടെ ചുണ്ടിൽ മെല്ലെ ചിരി വിടർന്നു.

പതിനഞ്ച്

"ഇപ്പം എങ്ങനെയിരിക്കുന്നു..."

സരോജിനിയുടെ തളർന്ന ശബ്ദത്തിൽ പഴയ സരോസി വന്നുപെട്ടതു പോലെ. ശബ്ദം മനസ്സിൽ കുറുകി.

"ഓ, ഒരു കുഴപ്പവുമില്ല. പല്ലുപോലും ഇപ്പോഴും സ്വന്തം പല്ലുതന്നെ" എന്നു പറഞ്ഞ് ദിനകരൻ ചിരിച്ചപ്പോൾ മനസ്സിൽ പാഞ്ഞു പോയത് അമ്പതു വർഷങ്ങളാണ്.

"അടുക്കളേൽ ഇരുന്നാലും കസവു നിറമുള്ള സാരി നല്ലതായിരിക്കും" എന്നു കേട്ടതുപോലെ അവൾ പകച്ചു.

ദിനകരൻ കാർത്തികേയനെ നോക്കിയിട്ട് "ഇവനാണോ സരോജിയമ്മ യുടെ മകൻ" എന്നു ചോദിച്ചപ്പോൾ തിടുക്കപ്പെട്ട് സ്വയം നിയന്ത്രിച്ചുകൊണ്ട് ചിരി വരുത്തി.

"അതെ. കാർത്തികേയനെന്നാ പേര്... ഇവനാണോ അവനാണോ എന്നൊക്കെ എന്തിനാ... അവൻ നിങ്ങടെ മകനെപ്പോലെ..."

ദിനകരന്റെ മുഖത്ത് ഒരാവേശവും സന്തോഷവും ഇരമ്പി. കസേരയിൽ നിന്നെഴുന്നേറ്റ് കാർത്തികേയന്റെ കൈകളിൽ പിടിച്ചു.

"വാ... ഇവിടെ ഇരിക്ക്... നീ വന്നതിൽ വലിയ സന്തോഷം" എന്നു പറഞ്ഞ് അരികിലുണ്ടായിരുന്ന കസേര നീക്കിയിട്ട് ഇരുത്തി.

"ഇവള് എന്റെ ചെറുമകള് അരുണ..." എന്ന് അവളുടെ തോളിൽ പിടിച്ചു കൊണ്ട് സരോജിനി പറഞ്ഞു.

"നമസ്ക്കാരം മുത്തശ്ശാ..." എന്നു പറഞ്ഞ് അവൾ ദിനകരന്റെ കൈയിൽ തൊട്ടു.

ദിനകരൻ അവളെ താത്പര്യത്തോടെ ശ്രദ്ധിച്ചു നോക്കി.

"ചെറുപ്രായത്തില് നിന്റെ മുത്തശ്ശി ഇരുന്നതുപോലെ തന്നെ."

സന്തോഷം വിട്ടുമാറാതെ ഇരിക്കുന്ന സരോജിനിയെ ശ്രദ്ധിച്ചുകൊണ്ട് അരുണ ദിനകരനോടായി പറഞ്ഞു.

“ഇപ്പോഴും എല്ലാം ഓർമ്മയുണ്ടോ... അമ്പതു വർഷമായില്ലേ മുത്തശ്ശിയെ കണ്ടിട്ട്.”

“നല്ല ഓർമ്മയുണ്ട്... നിന്റെ മുത്തശ്ശനും ഞാനും അടുത്ത സുഹൃത്തുക്കളായിരുന്ന കാലത്ത് മിക്കവാറും, ശരിക്കു പറഞ്ഞാൽ ദിവസവും ജമീന്താറുടെ മാളികയിലേക്കു പോണ ശീലമുണ്ടായിരുന്നു എനിക്ക്...”

കാർത്തികേയനും അരുണയും എല്ലാം കേൾക്കാനുള്ള താത്പര്യത്തോടെ ഇരിക്കുന്നതു കണ്ട് ദിനകരൻ തുടർന്നു പറഞ്ഞു.

“പൊങ്കലിന് മാളികയിൽ വലിയ ആഘോഷമായിരിക്കും. തൈമാസത്തിനു മുമ്പേ ഒരുക്കങ്ങൾ തുടങ്ങും. ജമീന്താറുടെ ഭാര്യയാണെന്ന മട്ടിൽ ഇരിക്കാതെ സരോജിനിയമ്മയാണ് എല്ലാ ജോലികളും ചെയ്യുന്നത്. അരി പൊടിച്ച് വറുത്ത് പലഹാരമുണ്ടാക്കുന്നതു വരെ ഒറ്റയ്ക്കു ചെയ്യും.”

സരോജിനി ചിരിച്ചു.

“ജമീന്താറുടെ ഭാര്യയെന്ന പദവി അന്ന് ആരും എനിക്കു തന്നിരുന്നില്ല... തന്നെങ്കിൽ ഞാനും ആ മട്ടിൽ ഗമയിൽ ഇരുന്നേനേ...”

വേറെ ആരും അവിടെ ഇരിപ്പില്ലെന്ന മട്ടിൽ ദിനകരനും സരോജിനിയും അക്കാര്യങ്ങൾ ഓർമ്മിച്ച് പരസ്പരം നോക്കി കുറച്ചു നേരം ഇരുന്നു.

“ആ കാലം അങ്ങനെ... ജമീന്താറാണെങ്കിൽ ഒരു പ്രത്യേക സ്റ്റൈലിൽ ജീവിക്കണമെന്നു തീരുമാനിച്ച ആളായിരുന്നു. മരുമകൾ, ഭാര്യ എല്ലാവരും ഇന്ന തരത്തിൽ ഇരിക്കണമെന്നൊക്കെ വിധിച്ച കാലം.”

ദിനകരൻ വീണ്ടും സരോജിനിയെ ശ്രദ്ധിച്ചുകൊണ്ടു ചോദിച്ചു

“മനസ്സിൽ ഇപ്പം വിഷമം തോന്നാറില്ലേ?”

“ഒരു വിഷമവും ഇല്ല. എന്തിനു വിഷമിക്കണം. നിങ്ങളുതന്നെ പറഞ്ഞില്ലേ അന്നത്തെ കാലം അങ്ങനെയാണെന്ന്. നമ്മടെ വിധി ഇങ്ങനെയാണ് എന്നു തിരിച്ചറിഞ്ഞാൽ പിന്നെ എന്തു പ്രതീക്ഷിക്കാനാണ്. എന്റെ കടമ ഞാൻ ചെയ്തില്ലെങ്കിൽ വിഷമം തോന്നാം. ജമീന്താർക്ക് അനന്തരവകാശി ഇല്ലെന്നു പറഞ്ഞ് അമ്മായിയമ്മയ്ക്കു വലിയ മനഃപ്രയാസമായിരുന്നു. അതു തീർത്തു കൊടുത്തതോടെ എനിക്കു പിന്നെ ഒരു ദുഃഖവുമില്ല.”

ദിനകരൻ പെട്ടെന്ന് നിവർന്നിരുന്ന് അവളെ തറപ്പിച്ചു നോക്കി. പിന്നെ തല താഴ്ത്തി മെല്ലെ പറഞ്ഞു.

“നിങ്ങൾ ഒരസാധാരണസ്ത്രീയാണ് സരോജിനിയമ്മേ...”

മനസ്സിലുള്ള വികാരമെല്ലാം പുറത്തു കാണിക്കാതെ വളരെ കരുതലോടെയാണ് അവർ പരസ്പരം നോക്കിയിരുന്നത്.

'വല്ല്യമ്മ ഒരു ദൈവപിറവിയാണെന്നാ ഗ്രാമത്തില് എല്ലാവരും പറയാ റുള്ളത്...' എന്നു മുരുകൈയൻ പറഞ്ഞു. അപ്പോഴാണ് അവൻ കൂടെ ഉണ്ടെന്ന കാര്യം ഓർത്തത്. അവനെ ദിനകരനു പരിചയപ്പെടുത്തിക്കൊണ്ട് സരോജിനി പറഞ്ഞു.

"മരഗതത്തെ ഓർമ്മയില്ലേ... അവളുടെ മകനാ... മുരുകൈയൻ. മരഗതം മരിച്ചു പോയി. ഇവൻ ഞങ്ങടെ കൂടെയാ..."

"നല്ല ഓർമ്മയുണ്ട്" എന്നു പറഞ്ഞ് ദിനകരൻ അവനെ നോക്കി ചിരിച്ചു.

"മാവില് ഒരു മാങ്ങ പോലും പഴുക്കാൻ സമ്മതിക്കാത്തതിന് എത്ര തവണ ഇവൻ ജംബുലിംഗത്തിന്റെ അടികൊണ്ടിരിക്കുന്നു..."

മുരുകൈയൻ അതുകേട്ട് നാണത്തോടെ ചിരിച്ചു.

"വല്ല്യമ്മ അതിനുശേഷം വെളിച്ചെണ്ണ പുരട്ടി തരും. ആ കാരുണ്യമില്ലാ യിരുന്നെങ്കിൽ എനിക്കിപ്പം ഇവിടെ നിൽക്കാൻ പറ്റില്ല. ഈ അമ്മ ദൈവ പിറവിയാ. അല്ലെങ്കിൽ ജമീന്താർ തമ്പുരാന്റെ ദേഷ്യമെല്ലാം സഹിച്ചിരിക്കാൻ പറ്റുമോ..."

"ഭഗവാനേ! ഇങ്ങനെയൊക്കെ നീ പറയണതു ദൈവത്തിനു തന്നെ നാണക്കേടാ. മുരുകൈയാ... ഞാൻ വെറും സാധാരണ സ്ത്രീയാ... കുറ്റവും കുറവുമുള്ള..."

"അതെ, മുത്തശ്ശി അങ്ങനെ വായും അടച്ച് അതെല്ലാം സഹിച്ച് മിണ്ടാ തിരിക്കണത് ദൈവപിറവിയാണെന്ന് എനിക്കും തോന്നണില്ല." അരുണ പറഞ്ഞു.

കാർത്തികേയൻ മാത്രം ഒന്നും പറഞ്ഞില്ല. അച്ഛനെപ്പറ്റി കുറ്റം പറയു ന്നത് രസിക്കാത്ത മട്ടിലായിരുന്നു അവന്റെ ഇരുപ്പ്.

"ആ കാലത്ത് വേറൊരു വഴിയുമില്ല മോളേ..." ദിനകരൻ പറഞ്ഞു.

"എന്നുവെച്ച് നിന്റെ മുത്തശ്ശി ദേഷ്യമില്ലാത്തവളല്ല നല്ല ദേഷ്യമൊക്കെ യുണ്ട്. വ്യക്തിത്വമുള്ള ആളാ ആ വ്യക്തിത്വം കാണിക്കാതിരുന്നെങ്കിൽ കഷ്ട മാകുമായിരുന്നു..."

"ഒടുക്കം വരെ എന്റെ കാര്യത്തിൽ ജമീന്താർക്ക് ഒരു മാറ്റവുമില്ലായി രുന്നു..."

"മാറ്റമുണ്ടാകുമെന്ന് സരോജിനിയമ്മ പ്രതീക്ഷിച്ചിരുന്നോ."

"ഇല്ല. എന്നാൽ അവരെപ്പറ്റി ഇപ്പഴും കുറ്റം പറയാൻ തോന്നില്ല. ചില പ്പോൾ ഓർക്കുമ്പോൾ സഹതാപം തോന്നും."

"ജംബുലിംഗത്തെ ഓർക്കുമ്പോഴോ?"

ദിനകരൻ ദ്വേഷ്യത്തോടെ ചോദിച്ചു. പെട്ടെന്ന് കാർത്തികേയനെ നോക്കി ക്കൊണ്ടു പറഞ്ഞു.

"ക്ഷമിക്കണം സഹോദരാ... അച്ഛനെപ്പറ്റി കുറ്റം പറയുന്നതു തെറ്റായിട്ടു തോന്നരുത്. ജംബുവും ഞാനും ഒരുമിച്ചു വളർന്നവരാണ്. ഒരുമിച്ചു പഠിച്ചു. ഭയങ്കര അഹങ്കാരിയായിരുന്നു. എന്നാൽ എന്നോട് വലിയ സ്നേഹത്തോ ടെയാണ് പെരുമാറിയത്. ഞാൻ മാത്രം പറഞ്ഞാൽ കേൾക്കും. എത്ര അടുത്ത സുഹൃത്താണെങ്കിലും ഒരളവുവരെയെ അവനെപ്പറ്റി നല്ലതു പറയാൻ പറ്റൂ. നാടു മുഴുവൻ സ്വന്തമായിട്ടുള്ള വലിയ ഒരു ജമീന്താറുടെ അനന്തരവകാശിയായിരുന്ന ഒരുത്തൻ അധികാരവും പണവും വന്നു കയറു മ്പോൾ എന്തൊക്കെയാണ് കാട്ടിക്കൂട്ടുക എന്നു പറയാൻ പറ്റുമോ... ആദ്യം മുതലെ ചീത്ത കൂട്ടുക്കെട്ടിലായിപ്പോയി... എന്നും വേശ്യകളുടെ വീട്ടിൽ കുടിച്ചു ബോധമില്ലാതെ കിടക്കുമ്പോൾ ഞാനാണ് തേടിപ്പിടിച്ച് അവനെ വീട്ടിൽ കൊണ്ടുപോയി ആക്കുന്നത്. സരോജിനിയമ്മ പാവം ഭക്ഷണംപോലും കഴിക്കാതെ പാതിരാവരെ കാത്തിരിക്കും. ഈ പാവം എത്ര അടിയും ചവിട്ടും കൊണ്ടിരിക്കുന്നു... എന്തുമാത്രം നാണക്കേടു സഹിച്ചിരിക്കുന്നു... സരോ ജിനിയമ്മ അതൊന്നും വെളിയിൽ കാണിക്കില്ലെങ്കിലും എനിക്കെല്ലാം അറി യാമായിരുന്നു. ഈ പാവത്തിനോട് കാട്ടിക്കൂട്ടിയ അന്യായമൊന്നും പോരാ ഞ്ഞിട്ട് ജമീന്താര് രണ്ടാമതൊരുത്തിയെ കല്യാണം കഴിച്ചു കൊണ്ടു വന്നു..."

"എന്തിനാ ഇപ്പം അതെല്ലാം പറയണത്."

സരോജിനി ഇടയ്ക്കു കയറി പറഞ്ഞു.

"നമ്മടെ ജീവിതമെല്ലാം തീരാൻ പോണൂ... ജമീന്താറുടെ ജീവിതം അവ സാനിക്കുവേം ചെയ്തു. ഇനിയും എന്തിനാ അതൊക്കെ..."

പക്ഷേ, ദിനകരനു പഴയ കാര്യങ്ങളോർത്തിട്ട് അമർഷം തീരുന്നില്ല. എങ്കിലും ശാന്തമായിക്കൊണ്ടു പറഞ്ഞു.

"അതു ശരിയാ... ജീവിതം മുഴുവൻ നഷ്ടപ്പെടുത്തിയിട്ട് അതിനെപ്പറ്റി പറഞ്ഞുനടന്നിട്ട് എന്തു കാര്യം. എന്നാലും ചില കാര്യങ്ങള് മറക്കാൻ ശ്രമി ച്ചാലും സാധിക്കില്ല. അമ്പതു വർഷം കഴിഞ്ഞാലും മറക്കാൻ പറ്റില്ല... അതു കൊണ്ടൊക്കെയാ ഞാനിവിടെ വന്നപ്പോ സരോജിനിയമ്മയെ കാണണമെന്ന് ആഗ്രഹിച്ചത്."

"ഞാൻ ഇതുവരെ നിങ്ങളെ കണ്ടിട്ടേ ഇല്ല..."

ദിനകരനെ നോക്കിക്കൊണ്ടു കാർത്തികേയൻ പറഞ്ഞു.

"ഇത്ര അടുപ്പമുള്ള കുടുംബമായിട്ടും വിലാസം പോലും കൊടുക്കാതെ പെട്ടെന്ന് എങ്ങോട്ടാ ഓടിപ്പോയത്. അച്ഛൻ മരിച്ചപ്പം ആ വിവരം അറിയി ക്കാൻ പോലും അമ്മയ്ക്കു പറ്റിയില്ലല്ലോ."

ദിനകരൻ അതുകേട്ട് സരോജിനിയെ ശ്രദ്ധിച്ചുകൊണ്ടു പറഞ്ഞു.

"ഉണ്ടായിരുന്ന സ്വത്തുക്കളെല്ലാം നഷ്ടപ്പെട്ടു. നിലങ്ങളും കുളങ്ങളും എല്ലാം നഷ്ടപ്പെട്ട മനുഷ്യന് പിന്നെ എന്തു വിലാസം... ഗ്രാമത്തിൽനിന്ന് നാടുവിട്ട് കുറച്ചുനാള് അടുത്ത ജില്ലയിൽ കഴിഞ്ഞു. അവിടെ താമസിക്കു മ്പോഴാണ് എനിക്കൊരു മകനുണ്ടായത്. അഞ്ചു വയസ്സായപ്പോൾ അവനൊ രിക്കൽ തെരുവിൽ കളിച്ചുകൊണ്ടിരിക്കുമ്പോൾ ഒരു വണ്ടി വന്നിടിച്ചു മരിച്ചു..."

"എത്ര വർഷം മുമ്പ്"

സരോജിനി തിടുക്കത്തോടെ ചോദിച്ചു.

"എനിക്കതൊന്നും ഇപ്പോൾ ഓർമ്മയില്ല..."

ദിനകരന്റെ ശബ്ദം ദുഃഖം കൊണ്ടിടറി.

"ഓരോ ചുവടു മണ്ണും വെറുത്തു പോയി... അതോടെ ഈ നാട്ടിലെ കാറ്റു പോലും വേണ്ടാന്നുവെച്ച് ആന്ധ്രയ്ക്കു പോയി. ഇവിടെ നിങ്ങളു താമസിക്കണ കാര്യം പഴയ ഗ്രാമത്തിലെ ഒരുത്തനെ യദൃശ്ചയാ കണ്ടപ്പോ ഴാണ് അറിഞ്ഞത്. അങ്ങനെ നിങ്ങളു താമസിക്കണ സ്ഥലവും മനസ്സിലാക്കി വെച്ചു..."

സരോജിനിയുടെ മുഖത്തെ സന്തോഷം മാഞ്ഞു.

"എത്ര നാൾ ഇനി ഇവിടെ ഉണ്ടാവും."

"നാളെ തിരിച്ചുപോണെന്നാ വിചാരിക്കണത്."

"എന്താ പെട്ടെന്ന്."

സരോജിനിയുടെ ചോദ്യം കേട്ട് ദിനകരൻ ഒന്നു ചിരിച്ചു.

"പെട്ടെന്നോ... ഞാൻ ഇവിടെ വന്നിട്ട് ഒരു മാസത്തി കൂടുതലായി."

"പോണ സമയത്താണോ ഞങ്ങളെ വിവരമറിയിച്ചത്."

സരോജിനി നീരസത്തോടെ ചോദിച്ചു.

"വളരെ ആലോചിച്ച ശേഷമാ ശ്യാമളയെ പറഞ്ഞയച്ചത്. ഈ നാട്ടിലു വന്നിട്ട് സരോജിനിയമ്മയേയും മകനേയും കാണാതെ പോകാൻ മനസ്സു സമ്മതിച്ചില്ല."

സരോജിനി മനസ്സിൽ പൊങ്ങിവന്ന വികാരമെല്ലാം അടക്കിക്കൊണ്ട് ലാഘവത്തോടെ പറഞ്ഞു.

"ഇനി എപ്പം കാണാൻ പറ്റുമെന്ന് അറിയില്ല... ഇപ്പോ താമസിക്കണ സ്ഥലത്തേ വിലാസം തന്നാ എഴുത്തെങ്കിലും എഴുതാമല്ലോ..."

"ഞാൻ തരാം" എന്നു പറഞ്ഞ് ശ്യാമള ഒരു കടലാസ്സെടുത്തു കൊണ്ടു വന്ന് പെട്ടെന്ന് എഴുതിക്കൊടുത്തു.

ഇറങ്ങുമ്പോൾ കാർത്തികേയൻ ദിനകരനെ തൊഴുതു. എന്നിട്ടു മടിച്ചു കൊണ്ടു പറഞ്ഞു.

"എന്തെങ്കിലും സഹായം വേണമെങ്കിൽ എന്നോടു പറയാൻ മടിക്കരുത്."

ദിനകരൻ എഴുന്നേറ്റു വാത്സല്യത്തോടെ അവനെ കെട്ടിപ്പിടിച്ചു.

"ഇനി എനിക്ക് എന്തു സഹായമാടാ... കാലൻ വന്നു വിളിക്കാൻ സമയമായി... ഇന്ന്... മനസ്സു നിറഞ്ഞു അതു മാത്രം മതി... അതു മാത്രം മതി എനിക്ക്."

വീട്ടിലേയ്ക്കു മടങ്ങുമ്പോൾ സരോജിനിയുടെ മനസ്സ് മുഴുവൻ പഴയ കാലത്തിൽ മുഴുകുകയായിരുന്നു. അന്നത്തെ സരോസി മനസ്സിനു മുമ്പിൽ വന്നു നിന്നു.

പതിനാറ്

അന്ന് മനസ്സ് എങ്ങനെയാണ് ചിറകുവിടർത്തി പറന്നത്. എന്താണു കാരണം. ഈ ചോദ്യങ്ങൾ പലതവണ കിതപ്പോടെ സ്വയം ചോദിച്ചു. പുതിയൊരു ശബ്ദത്തിനു കാത്തുനിന്നപോലെ.. എന്നാൽ ഭയം തോന്നി. ആ ഭയത്തോടെ ദിനകരനോടൊപ്പം രാത്രി തനിച്ചിരുന്നതും അവന്റെ വർത്തമാനവും ചിരിയും പരിഹാസവുമെല്ലാം ഏറ്റുവാങ്ങിയതും ഓർമ്മിച്ചു.

രാവേറെ നിശ്ശബ്ദമായിരുന്നു. പക്ഷികളും ഇലകളും അനക്കം നിറുത്തി എന്തോ പ്രതീക്ഷിച്ചു നിന്ന സമയം.

“ഇത്രേം ഇരുട്ടില് വീണ്ടും തെന്നി വീഴാൻ പോവ്വാണോ” എന്നു ചോദിച്ച് അവളുടെ ഒപ്പം ദിനകരൻ നടന്നു. ഇടയ്ക്ക് ശരിക്കും തെന്നി വീഴാൻ പോയപ്പോൾ അവൾ അവന്റെ കൈയിൽ പിടിച്ചു.

വീട്ടിലേക്കു കയറിയപ്പോൾ അവൻ വരാന്തയിലെ വിളക്കു തെളിയിച്ചു. ആ പ്രകാശത്തിൽ അവൻ സരോജിനിയെ നോക്കി ചിരിച്ചു.

“എന്തു ധൈര്യത്തിലാ ആ ഇരുട്ടത്ത് ഇരുന്നത്. ഞാൻ വന്നില്ലെങ്കിൽ എന്തു സംഭവിക്കും.”

അവൾ അതുകേട്ടു ചിരിച്ചു.

“ഒന്നും സംഭവിക്കില്ല... തെന്നി വീണാലും ഞാൻ തന്നെ എഴുന്നേറ്റു പോരും...”

“ഉവ്വുവ്വ്... ദേഹത്തു നല്ല പരിക്കോടെ...”

“എന്തു പരിക്കു പറ്റിയാലും അത് ആരെയും ബാധിക്കില്ലല്ലോ... എന്നെപ്പറ്റി ഓർത്തു വിഷമിക്കാനൊന്നും ഇവിടെ ആരുമില്ലല്ലോ...”

“തെറ്റായിട്ടെടുക്കില്ലെങ്കിൽ ഒരു കാര്യം പറയാം... നിങ്ങളെപ്പറ്റി എനിക്കു വിഷമമുണ്ട്...”

അതുകേട്ട് വീണ്ടും അവൾ ദിനകരനെ ശ്രദ്ധിച്ചു. ഈ വീട്ടിൽ ആരും കാണിക്കാത്ത സഹതാപം അവനിൽ കണ്ടെങ്കിലും ‘എനിക്കതുകൊണ്ടെന്തു ഫലം’ എന്നു വിചാരിച്ചു.

“ജംബുലിംഗം കാണിച്ചുകൂട്ടുന്ന അതിക്രമങ്ങളൊക്കെ എനിക്കറിയാം. പക്ഷേ, അവനു ബുദ്ധി ഉപദേശിച്ചു കൊടുക്കാൻ ഞാനാളല്ല. പറഞ്ഞാലും

അവനതു തെറ്റായിട്ടേ എടുക്കൂ. അതോടെ ഞങ്ങളു തമ്മിലുള്ള സ്നേഹ ബന്ധോം തീരും. അതുകൊണ്ടാണ് അവനെ നന്നാക്കി എടുക്കാനുള്ള ഉത്തരവാദിത്തം നിങ്ങടെ കൈയിലാണെന്ന് ഞാൻ കുറെനാൾ മുമ്പു പറഞ്ഞത്."

ദിനകരൻ ഇങ്ങനെ പറയുന്നതു കേട്ടപ്പോൾ അവളുടെ മനസ്സു ശാന്തമായി. എങ്കിലും വിഷമം തോന്നി.

"എന്നെക്കൊണ്ട് ആ മനുഷ്യനെ മാറ്റിയെടുക്കാൻ കഴിയില്ല..."

അവൾ തുടർന്നു വാക്കുകൾ കിട്ടാതെ ഒരു നിമിഷം ഇരുന്നു.

"എനിക്ക് വല്ലാത്ത ദേഷ്യമുണ്ട്. എന്നാൽ സാഹസം കാണിക്കാനൊന്നും അറിയില്ല. ആ മനുഷ്യനെ തൃപ്തിപ്പെടുത്താനൊന്നും എന്നെക്കൊണ്ടാവില്ലെന്നു തോന്നുന്നു. എന്റെ കുറ്റമായിരിക്കും..."

സരോസിയുടെ കണ്ണു നിറഞ്ഞു.

"ഏയ്... നിങ്ങടെ മേൽ ഒരു കുറ്റവുമില്ല..." എന്നു പറഞ്ഞ് സമാധാനപ്പെടുത്തിക്കൊണ്ട് ദിനകരൻ അവളുടെ സൗന്ദര്യം നിറഞ്ഞ ശരീരം ശ്രദ്ധിച്ചു.

"വീണ വേണ്ടവണ്ണം വായിച്ചാലേ രാഗം വരൂ... അതുടച്ചാൽ രാഗം വരുമോ."

വീണയ്ക്കും തനിക്കും തമ്മിൽ എന്തു ബന്ധം എന്ന അർത്ഥത്തിൽ അവൾ ദിനകരനെ നോക്കി. തന്നെ അവൻ പൊക്കി പറയുകയാണെന്ന് ഓർത്തപ്പോൾ നാണം തോന്നി.

"എന്തു പറഞ്ഞാലും ഞാനാ മനുഷ്യന് പറ്റിയവളല്ല. അടുക്കളജോലിയാണ് എനിക്കു വിധിച്ചിരിക്കുന്നത്. എനിക്കും ഒരു മനസ്സുണ്ട്, വേദനയുണ്ട് എന്നാരും ഓർക്കാറില്ല."

"എനിക്കറിയാം."

"നിങ്ങളറിഞ്ഞാ എനിക്കെന്തു പ്രയോജനം."

പെട്ടെന്ന് അതുകേട്ടപ്പോൾ ദിനകരനു വല്ലായ്മ തോന്നിയെങ്കിലും പറഞ്ഞു.

"ലാഭോം നഷ്ടോം ഒന്നും നോക്കണ്ട കാര്യമല്ലിത്. ഞാൻ ജംബുവിന്റെ മാത്രമല്ല നിങ്ങളുടെയും പരിചയക്കാരനാണെന്നോർക്കണം. എന്നെക്കൊണ്ട് ഈ വീട്ടില് പ്രത്യേകിച്ച് സഹായമൊന്നും ചെയ്യാൻ പറ്റില്ലെങ്കിലും നിങ്ങൾക്കു വേണ്ടി സംസാരിക്കാൻ ഒരാളുണ്ടെന്നു വിചാരിച്ചാ മതി."

അതു കേട്ടപ്പോൾ അവൾക്ക് ഉന്മേഷം തോന്നി. ഇവനു സത്യത്തിൽ എന്നോടു സഹതാപമുണ്ട്.

"പക്ഷേ, നിങ്ങൾ സംസാരിച്ചാൽ ഇവിടെ കേൾക്കാൻ ആരിരിക്കുന്നു."

"അതു സത്യം" അവൻ അവളുടെ അടുത്തേക്കു ചെന്ന് അല്പം പുന്നാരത്തോടെ പറഞ്ഞു.

"എന്നാലും നിന്റെ ഭാഗത്ത് ഒരാളുണ്ടെന്നുള്ളത് നല്ലതല്ലേ..."

അവളുടെ മനസ്സൊന്നിളകി. ആ ചിരിച്ചുകൊണ്ടുള്ള നോട്ടവും സ്നേഹത്തോടെയുള്ള വാക്കുകളും കീഴടക്കുന്നപോലെ.

"സൗന്ദര്യം ഉണ്ടായിട്ടെന്താ പ്രയോജനം. വെറും മരക്കട്ടയാ" രത്തിനത്തിന്റെ ചിരി മനസ്സിൽ മുഴങ്ങി.

"അല്ല... അതു കള്ളം. ഞാൻ മരക്കട്ട അല്ല..."

അവൾ കിതച്ചു.

"എന്നോട് ഇപ്പോഴും വിശ്വാസമായില്ലെന്നു തോന്നുന്നു..."

അവൾ പെട്ടെന്നു സ്വബോധത്തിലേക്കു വന്നു. എനിക്കെന്തു പറ്റി. ഞാൻ കല്യാണം കഴിഞ്ഞ ഒരു പെണ്ണാണ്. ഇങ്ങനെയെല്ലാം ഇവന്റെ മുമ്പിൽ ഓരോന്ന് ആലോചിച്ചു നിന്നാൽ ശരിയാവില്ല. അല്ലെങ്കിൽ 'ഞാനെന്തിന് ഇയാളോടു സംസാരിച്ചോണ്ടു നിൽക്കണം' എന്നൊക്കെ മനസ്സു പറഞ്ഞുകൊണ്ടിരുന്നു.

"നിങ്ങളോട് വിശ്വാസമില്ലാതില്ല. എന്നാ ഈ സ്നേഹവും അടുപ്പവും എന്നെ കൂടുതൽ ആപത്തിലാക്കും."

"അങ്ങനെയൊന്നും പ്രവർത്തിക്കുന്ന ആളല്ല ഞാൻ."

"നിങ്ങടെ ഭാര്യയെ ഒരു ദിവസം ഇങ്ങോട്ടു വിളിച്ചോണ്ടു വാ" എന്നു പറഞ്ഞവൾ സംസാരം മാറ്റി.

"കല്യാണം കഴിയാത്ത ആൾക്ക് എവിടുന്നാ ഭാര്യ."

അതു കേട്ടിട്ട് വിശ്വസിക്കാൻ പറ്റാത്ത പോലെ അവൾ ദിനകരനെ സംശയത്തോടെ നോക്കി.

"ഇനിയും കല്യാണമായില്ലേ... എന്തു പറ്റി... നിങ്ങടെ കൂട്ടുകാരന് രണ്ടു കല്യാണമായല്ലോ"

അവൻ ചിരിച്ചു.

"ഞാൻ അച്ഛനില്ലാത്തവൻ. അതുകൊണ്ട് വീട്ടുകാര്യങ്ങളു മുഴുവൻ നോക്കണം. ഇപ്പഴാണ് ഇളയസഹോദരിയുടെ കല്യാണം കഴിഞ്ഞത്. ഇനി വേണം എന്നെപ്പറ്റി ആലോചിക്കാൻ... നിങ്ങൾക്ക് അറിയാവുന്ന വല്ല പെൺകുട്ടികളുമുണ്ടെങ്കിൽ പറയ്..."

അവൾ ചിരിച്ചോണ്ടു ചോദിച്ചു.

"എങ്ങനെയുള്ള പെണ്ണാ വേണ്ടത്."

"നിങ്ങളെപ്പോലെ തന്നെ ഇരിക്കണം."

അതുകേട്ട് ഉറക്കെ ചിരിച്ചു.

"വേണ്ട... എന്നെപ്പോലുള്ളവൾ വേണ്ട... നിങ്ങളും ഒടുവിൽ തൃപ്തിയില്ലാതെ രണ്ടാം കല്യാണം കഴിക്കേണ്ടി വരും."

"ജംബുലിംഗവും ഞാനും ഒരേ മാതിരിയാണെന്നു വിചാരിച്ചോ."

അവൾക്കതിനു പെട്ടെന്നു മറുപടി പറയാൻ കഴിഞ്ഞില്ല.

"അവനെപ്പോലെ ഞാൻ മടയനല്ല."

അപ്പോഴാണ് അവൾക്കു പരിസരബോധം തോന്നിയത്.

"വീടു മുഴുവൻ ഇരുട്ടായിരിക്കുന്നു. ഞാൻ പോയി വിളക്കു കത്തിക്കാം" എന്നു പറഞ്ഞ് ദിനകരൻ പൂമുഖത്തേക്കു കയറി.

"മരഗതത്തോട് തുണയിരിക്കാൻ പറ... ഇത്രേം വലിയ വീട്ടില് ഈ രാത്രി തനിച്ചിരിക്കാൻ പേടി തോന്നില്ലേ."

അവൻ പറയുന്നതു ശ്രദ്ധിച്ചുകൊണ്ട് സരോസി നിന്നു. വിളക്കു തെളിയിച്ചു. ദിനകരൻ ആ മങ്ങിയ വെളിച്ചത്തിൽ അവളെ ശ്രദ്ധിച്ചുകൊണ്ട് പുറത്തേക്കിറങ്ങുമ്പോൾ പറഞ്ഞു.

"നിങ്ങളാഗ്രഹിച്ചാലും ഇല്ലെങ്കിലും ഞാൻ സുഹൃത്തായിരിക്കും... മറക്കരുത്."

അതു കേട്ടപ്പോൾ അവളുടെ മുഖം ചുവന്നു തുടുത്തു. അതു തെറ്റ് തെറ്റെന്നു മനസ്സു പറഞ്ഞെങ്കിലും അവൾ ശ്രദ്ധിച്ചില്ല.

വില്ലുവണ്ടിയുടെ ശബ്ദം. കല്യാണത്തിനു പോയവർ മടങ്ങി എത്തിയപ്പോൾ സരോസിക്ക് ഇതുവരെ തോന്നാത്ത ഒരു ബലം നേടിയതുപോലെ തോന്നി.

പതിനേഴ്

"ഹലോ മുത്തശ്ശി!"

പഴയ ഓർമ്മകളിൽ നിന്നു മടങ്ങിക്കൊണ്ട് സരോജിനി തിരിഞ്ഞു നോക്കി.

അരുണ ഇന്ന് നല്ല ഐശ്വര്യത്തോടെ ഇരിക്കുന്നു, കസവുസാരിയിൽ.

"വാ" സരോജിനി അവളെ വാത്സല്യത്തോടെ വിളിച്ചു.

"കസവുനിറം നിനക്ക് വളരെ നന്നായിരിക്കുന്നു കണ്ണാ..."

"താങ്ക്യു മുത്തശ്ശി" എന്നു പറഞ്ഞ് ചിരിച്ചുകൊണ്ടവൾ അടുത്തു വന്നിരുന്നു.

"ഇന്നു വൈകുന്നേരം ഫ്രീയാണോ."

സരോജിനി ചിരിച്ചു.

"ഇതെന്തു ചോദ്യം. ഞാൻ പകലു മുഴുവൻ വെറുതേ ഇരിക്കുവല്ലേ..."

"എന്നാ വൈകുന്നേരം പുറത്തു പോകാം."

"എവിടെ?"

"ലാൽബാഗിൽ. ഇന്ന് അവിടെ റോസ് ഷോ. അച്ഛനും അമ്മയും വേറെ എവിടെയോ പോകാൻ പ്ലാൻ ചെയ്തിട്ടുണ്ട്. മുത്തശ്ശി എന്റെ കൂടെ വരണം."

പാവം. ഈ പെണ്ണിനു വേറെ പറ്റിയ കൂട്ടില്ലല്ലോ എന്നോർത്തപ്പോൾ സഹതാപം തോന്നി.

"വരാം..." സരോജിനി സമ്മതിച്ചു.

ഇന്ന് ശനിയാഴ്ചയാണെന്ന് അപ്പോഴാണ് ഓർത്തത്.

"പകലു മുഴുവൻ വീട്ടിൽതന്നെ ഇരിക്കുവായിരുന്നു" എന്നു പറഞ്ഞ് അരുണ കൈകൾ വിടർത്തി ക്ഷീണം മാറ്റി.

"ഇപ്പം ആദ്യം അച്ഛന്റെ കൂടെ മാർക്കറ്റിൽ പോവുന്നു. പിന്നെ മുത്തശ്ശിയെക്കൊണ്ട് തലയിൽ എണ്ണ തേപ്പിച്ചു കുളിക്കണം. അതുകഴിഞ്ഞ് തുണികൾക്കു കഞ്ഞി മുക്കണം..."

"അയ്യേയ്യോ... നിനക്കെത്ര ജോലിയാ..."

"കളിയാക്കുവാണോ."

"അല്ല... നീ വളർന്ന രീതിക്കനുസരിച്ച്..."

"എന്താ മുത്തശ്ശിയും ഇതുപോലെ എല്ലാരുടേയും ഓമനയായി വളർന്ന തല്ലേ. പിന്നെ മാടിനെപ്പോലെ പണിയെടുത്തു..."

"അതൊക്കെ കാലം വേറെ. നീ ആണുങ്ങളു പഠിക്കണ പഠിപ്പൊക്കെ കഴിഞ്ഞവളല്ലേ. അതിന്റെ വ്യത്യാസവും കാണും."

"അതുകൊണ്ടാണ് എന്റെ കാര്യങ്ങളെപ്പറ്റി എനിക്കു പറയാൻ തോന്നണത്. കിട്ടാത്തതിനു വഴക്കുണ്ടാക്കുന്നത്."

അരുണ വളരെ ഗൗരവത്തിലാണെന്നു തോന്നി. പഴയ ദുഃഖമെല്ലാം മറന്ന് യുക്തിപൂർവം കാര്യങ്ങൾ കാണാൻ തുടങ്ങിയപോലെ. എല്ലാത്തിനും അവൾക്കു ന്യായീകരണങ്ങളുണ്ട്.

"സ്ത്രീകളുടെ മനസ്സിനു മാറ്റം വന്നെങ്കിലും പല ആണുങ്ങൾക്കും ഇതില്ല. അതുകൊണ്ടാണ് അടഞ്ഞു കിടക്കുന്ന കെട്ടിടം തകർത്ത് വെളിയിൽ വരുന്ന മാതിരി ചില സ്ത്രീകൾ എതിർത്തു പുറത്തുവരുന്നത്."

"എന്നാ എപ്പോഴും എല്ലാവർക്കും ഇതാവില്ല കണ്ണാ... എതിർത്താ പിന്നെ തുടർച്ചയായ പോരാട്ടത്തിന് ഒരുങ്ങണം. അതിനുള്ള സാമർത്ഥ്യം വേണം. താൻ ചെയ്തത് ശരിയെന്ന് മറ്റുള്ളവർ വിചാരിക്കുന്ന സാഹചര്യമുണ്ടാ വണം. ഞാൻ പഠിപ്പുള്ളവളല്ല അരുണ... എന്നാ ജനങ്ങളു മാറുമെന്ന വിശ്വാ സമുണ്ട്. പഠിപ്പു വേണം. എങ്കിലേ നിന്നെപ്പോലെ എല്ലാ പെണ്ണുങ്ങൾക്കും ശക്തി കിട്ടൂ..."

"അപ്പം മുത്തശ്ശി... നിങ്ങക്ക് പഠിപ്പും കൂടി ഉണ്ടായിരുന്നെങ്കിൽ ഒരു കലക്കു കലക്കിയേനേ... ഒരു മന്ത്രിയെങ്കിലും ആയേനേ..." എന്നു പറഞ്ഞ് അരുണ ചിരിച്ചു.

സരോജിനി കൂടുതൽ സംസാരിക്കാൻ താത്പര്യമില്ലാത്ത പോലെ മുറിയിലെ ചാരുകസേരയിൽ തല ചായ്ച്ചു. മുത്തശ്ശിയെക്കൊണ്ടു സംസാരിപ്പിക്കാൻ കച്ചകെട്ടി ഇറങ്ങിയ പോലെ അരുണ കസേര നീക്കിയിട്ട് അടുത്തിരുന്നു.

"മുത്തശ്ശിക്ക് എന്തൊക്കെയോ എന്നോടു പറയാനുണ്ടെന്നാ തോന്നണത്."

അതുകേട്ട് സരോജിനി തല തിരിച്ചു നോക്കി.

"ആ ദിനകരൻ മുത്തശ്ശനെ കണ്ടതു മുതൽ എനിക്കു തോന്നുന്നു..."

അതുകേട്ട് അല്പം ചഞ്ചലപ്പെട്ടു. അവിടെവെച്ച് എന്റെ മുഖവും വർത്ത മാനവുമെല്ലാം പഴയ സരോസിയെ ഇവൾക്കു കാട്ടികൊടുത്തിരിക്കുമോ.

"പോടീ... ഒന്നും പറയാനില്ല... സിനിമ കണ്ടുകണ്ട് നിനക്കു ഭാവന അധി കമായിപ്പോയി."

തുറക്കാത്ത ജനലുകൾ

രണ്ടു പേരും ഉറക്കെ ചിരിച്ചു.

"അരുണ..." ഉള്ളിൽ നിന്നു കാർത്തികേയന്റെ ശബ്ദം കേട്ടു. അവൾ ധൃതിയിൽ പുറത്തേക്കിറങ്ങുമ്പോൾ സരോജിനിയും ഒപ്പം ചെന്നു.

കാർത്തികേയനൊപ്പം അവൾ കാറിൽ പോയ ഉടനെ സരോജിനി തോട്ടത്തിലെ കസേരയിൽ ചെന്നിരുന്നു.

അരുണയുടെ കാര്യങ്ങൾ ഓർത്തപ്പോൾ അവൾക്കു ചിരി വന്നു. അവൾക്കെന്തെല്ലാം സംശയങ്ങളാണ്.

"തീർച്ചയായിട്ടും എന്തോ ഉണ്ടെന്നു തോന്നുന്നു. ആ ദിനകരൻ മുത്തശ്ശനെ കണ്ടതു മുതൽ..."

കാർത്തികേയനും അങ്ങനെ വിചാരിക്കുന്നുണ്ടാവുമോ?

ശത്രുവെന്ന് അച്ഛൻ പറഞ്ഞുകൊടുത്ത ഒരാളെ അമ്മ ഇത്രേം വർഷങ്ങൾ കഴിഞ്ഞും കാണാൻ ആഗ്രഹിച്ചതിന് അവൻ എന്തെങ്കിലും അർത്ഥം കല്പിച്ചിരിക്കുമോ.

എന്തു വേണമെങ്കിലും വിചാരിക്കട്ടെ എന്നവൾ സ്വയം പറഞ്ഞു. ഇവരൊക്കെ എന്നെപ്പറ്റി എന്തു വിചാരിച്ചാലും എനിക്കൊന്നുമില്ല.

ദിനകരനും വളരെ ആലോചിച്ചാണ് ആളെ പറഞ്ഞു വിട്ടത്. ഇത്രേം വർഷങ്ങൾ അവൻ എവിടെയായിരുന്നു, എങ്ങനെ ജീവിച്ചുവെന്നൊന്നും അറിയില്ല.

"ഓരോ ചുവടു മണ്ണും വെറുത്തുപോയി... പിന്നെ നാടേ വേണ്ടാന്നു കരുതിയാണ് ഒടുവിൽ ആന്ധ്രയ്ക്കു പോയത്..."

അതോടെയാണ് അവൻ എല്ലാ ബന്ധങ്ങളിൽ നിന്നും അകന്നത്.

എന്തുപറ്റി അവന് ഈ നാടിത്ര വെറുക്കാൻ. വെറുപ്പോ അതോ ഭയമോ.

"മകൻ അപകടത്തിൽ മരിച്ചുപോയി."

പെട്ടെന്നവൾക്കു പലതും ഓർമ്മയിൽ വന്നു. അവൾ വർഷങ്ങളെ മുന്നോട്ടും പിന്നോട്ടും ഉരുട്ടി സംഭവങ്ങളും വർത്തമാനങ്ങളും പൊരുത്തപ്പെടുത്തിയെടുക്കാൻ നോക്കി. പുക മൂടിയിരുന്ന കാര്യങ്ങള് ഇപ്പോ കുറേശ്ശെ തെളിഞ്ഞുവരികയാണ്.

അന്ന് കാർത്തികേയന് എട്ടു വയസ്സ്. ജംബുലിംഗത്തിന്റെ സ്വഭാവം പഴയതു പോലെതന്നെ ആയിരുന്നെങ്കിലും സരോജിനിക്കു മാറ്റമുണ്ടായിരുന്നു. കൊച്ചിനെ പെറ്റു കൊടുത്ത മഹാരാശി എന്ന മതിപ്പ് അമ്മായിയമ്മയ്ക്കും ഉണ്ടായി. അമ്മായിയമ്മ അംഗീകരിച്ചതോടെ വീട്ടിലും നാട്ടിലും ഇഷ്ടപ്പെടാൻ ആളുകളുണ്ടായിരുന്നു. കുട്ടിയുടെ കുളിയും വർത്തമാനവും ചുറ്റുപാടുമുള്ള അംഗീകാരവും അവളെ ഉത്സാഹപ്പെടുത്തി. നീ എന്തെല്ലാം

92

തരത്തിൽ അപമാനപ്പെടുത്താൻ ശ്രമിച്ചാലും അതൊന്നും തന്നെ ബാധിക്കില്ലെന്ന് അവൾ ജംബുലിംഗത്തെ നിശ്ശബ്ദം മനസ്സിലാക്കി കൊടുത്തു.

ജംബുലിംഗത്തിന്റെ കാര്യത്തിൽ സ്വന്തം അമ്മയ്ക്കും അഭിപ്രായം കുറഞ്ഞു കുറഞ്ഞു വന്നു. 'അവൻ വിവരംകെട്ടവൻ' എന്നു മരണംവരെ അവർ പറഞ്ഞു. മനുഷ്യരെ മനസ്സിലാക്കാൻ കഴിയാത്തവൻ. രത്തിനം എന്തു കൂത്തു കാണിച്ചാലും മയങ്ങും. പക്ഷേ, എന്തു സാധിച്ചു. ഇവളെ നോക്ക് ഒരു കൊച്ചിനെ പെറ്റു തന്നില്ലേ... ആ സ്നേഹം പോരേ... നിന്നെ ഇതുവരെ സന്ന്യാസിനിയെപ്പോലെ വെച്ചോണ്ടിരുന്നു... പാപി..."

ഇതൊക്കെ കേട്ടാലും സരോസി ഒന്നും പറയാറില്ല.

"ഞാൻ സന്തോഷത്തോടെയാ ഇരിക്കണത്" എന്ന അമ്മായിയമ്മയോടു പറയുമ്പോൾ 'മഹാരാശി നീ' എന്നു പറഞ്ഞ് അവർ കണ്ണു മിഴിക്കും.

"നീ ഒരു ദൈവപിറവി തന്നെ. ഒരു സാധാരണ മനുഷ്യസ്ത്രീ ആയിരുന്നെങ്കിൽ ഇത്രയും ക്ഷമ ഉണ്ടാവില്ല."

അതു മാത്രമല്ല... സരോസിയെ രഹസ്യമായി തന്റെ മുറിയിലേക്കു കൊണ്ടുപോയി ആഭരണങ്ങൾ മുഴുവൻ തനിക്കും ലക്ഷ്മിക്കും ആയി ഭാഗം വെച്ചുകൊണ്ട് എഴുതിയിരുന്ന മുദ്രപത്രം തന്നു. അമ്മായിയമ്മ മരിച്ച ദുഃഖത്തോടെ രാത്രിയിൽ പുറത്തെ മുറിയിൽ കിടക്കുമ്പോൾ ജംബുലിംഗം ആരോടോ സംസാരിക്കുന്നതു കേട്ടു.

"കാര്യം കഴിഞ്ഞു സ്വാമി..."

"എങ്ങനെ" ജംബുലിംഗം തിരക്കി.

"ചെറിയ കുട്ടിയല്ലേ... റോഡിന്റെ അരികത്തു നിന്നു കളിക്കണ കണ്ടപ്പോഴേ സൂത്രത്തിൽ വണ്ടിയുമായി ചെന്നു."

"വല്ലോർക്കും സംശയം തോന്നുമോ."

"ഏയ്... അത് അടുത്ത ജില്ലയല്ലേ... നമ്മളു നമ്പർ പ്ലേറ്റു കൂടി മാറ്റിക്കൊണ്ടാ പോയത്."

"ആ കുട്ടിക്ക് എത്രവയസ്സു കാണും."

"നാല്..."

അന്ന് മനസ്സിലാകാതെ പോയ ആ വർത്തമാനം സരോജിനി ഇപ്പോഴാണ് ഓർമ്മിച്ചത്.

പതിനെട്ട്

കസേരയിൽ പിടിച്ചിരുന്ന സരോജിനിയുടെ കൈകൾ കൂടുതൽ മുറുകി. കണ്ണുകൾ വിടർത്തി അവൾ അമ്പതു വർഷത്തിനപ്പുറമുള്ള ഓർമ്മകളി ലേക്ക് എത്തിപ്പിടിച്ചു.

ജംബുലിംഗം കൊല നടത്താൻ പോലും മടിക്കാത്തവനാണെന്നു നേരത്തെ തോന്നിയിരുന്നു. തടിച്ച, എന്തിനും പോരുന്നവർ എന്നു തോന്നി പ്പിക്കുന്ന നാലഞ്ചു പേരുമായി മുൻവശത്തെ മുറിയിൽ ഇരുന്ന് ജംബുലിംഗം സംസാരിക്കുന്നതു കണ്ടിട്ടുണ്ട്. ആ ആളുകളെ കാണുമ്പോഴേ അവളുടെ മനസ്സു വെപ്രാളപ്പെടും.

എന്നാൽ ചോദിക്കാൻ ധൈര്യമില്ല. ഒരു ദിവസം അമ്മായിയമ്മ നല്ല മുഖത്തോടെ ഇരിക്കുന്ന സമയത്ത് ചോദിച്ചു.

"അവരൊക്കെ ആരാ... കൃഷിക്കാരും ജമീന്താറുമാരുമാണെന്നു തോന്നു ന്നില്ല. കൊലയാളികളുടെ മട്ടാ... അവർക്കെന്താ ഇവിടെ കാര്യം."

സന്തോഷത്തോടെ ഇരുന്ന അമ്മായിയമ്മയുടെ മുഖം പെട്ടെന്ന് ഇരുണ്ടു.

"ആണുങ്ങൾക്ക് കേസും വഴക്കും ഒക്കെ ഉണ്ടാവും. നമ്മളതൊക്കെ അറിഞ്ഞിട്ടെന്തു കാര്യം... നീ ഇത്രേം വലിയ ജമീന്താറെ കല്യാണം കഴി ച്ചതൊക്കെ സാധാരണ കാര്യമാണെന്നു വിചാരിച്ചോ..."

സരോജിനി കൂടുതലായി ഒന്നും ചോദിക്കാൻ നിൽക്കാതെ ജോലി തുടർന്നു. എന്നാൽ മനസ്സു സമാധാനപ്പെട്ടില്ല. 'കെട്ടിക്കൊണ്ടു വരുന്ന പുള പ്പില് വെട്ടി വീഴ്ത്തുന്ന ശീലവുമുണ്ടോ' എന്നു തോന്നി. അല്ലെങ്കിൽ ഭർത്താ വിനെപ്പറ്റി ഇങ്ങനെയൊക്കെ ആലോചിക്കുന്നതെന്തിനാ... അമ്മായിയമ്മ പറഞ്ഞപോലെ പല തർക്കങ്ങളും കേസുകളുമുണ്ടാകും. അതിനൊക്കെ പോലീസിനെ നോക്കാതെ സ്വന്തം ആളുകളെ കാവലേർപ്പെടുത്തുന്നത് നല്ലതല്ലേ' എന്നവൾ സമാധാനപ്പെട്ടു. എന്നാൽ സമാധാനമെല്ലാം തകർക്കുന്ന മട്ടിൽ പല കാര്യങ്ങളും പിന്നെയും കേട്ടു. വേലക്കാരു ചിലതു പറയുന്നതു കേട്ടു ഭയന്നു. കൃഷിക്കാരിൽ ചടയപ്പൻ എന്നൊരുത്തൻ. പര മയോഗ്യൻ. ദിനകരൻ പോലും അവനെപ്പറ്റി ജംബുലിംഗത്തോടു പുകഴ്ത്തി പറയുന്നതു കേട്ടിട്ടുണ്ട്. ചടയപ്പന് നല്ല കൃഷിയൊണ്ട്. പൊങ്കൽ തോറും

വലിയ കൂടകളിൽ പഴങ്ങളും പച്ചക്കറികളുമായി വന്ന് 'എന്റെ നോട്ടത്തിൽ നിന്നാ' എന്നു പറഞ്ഞ് തന്റെ മുമ്പിൽ കൊണ്ടുവെച്ചു തൊഴുകും. രത്തിനത്തെ ജംബുലിംഗം കൊണ്ടുവന്നശേഷവും തന്നെയാണ് അവൻ യജമാനത്തിയായി കണ്ടിരുന്നത്.

ജംബുലിംഗത്തിന് പെട്ടെന്നൊരു ദിവസം ചടയപ്പനെ പിടിക്കാതായി. തന്നെ അവൻ ഗൗനിക്കുന്നില്ലെന്ന് രത്തിനം ഏഷണികൂട്ടിയിട്ടാണോയെന്ന് വിചാരിച്ചു. പിന്നെ ഇടയ്ക്കിടെ ജംബുലിംഗം ചടയപ്പനെ വിളിച്ചുവരുത്തി ദേഷ്യപ്പെടണതു പതിവായി. മറ്റുള്ളവരോട് അവനെപ്പറ്റി എത്ര മോശമായിട്ടാണ് സംസാരിച്ചത്.

ദിനകരൻ ഒരിക്കൽ ജംബുലിംഗത്തെ ഇക്കാര്യത്തിൽ സമാധാനപ്പെടുത്താൻ നോക്കി.

"ചടയപ്പൻ നല്ല കൃഷിക്കാരനാ ജംബു. അവനെ വെറുതേ വെറുക്കണതു നല്ലതല്ല. അവനെ കണ്ടിട്ടാ മറ്റു കൃഷിക്കാരുപോലും ഉത്സാഹത്തോടെ ഇരിക്കണത്. വെറുതെ കണ്ണു മൂടിയിരുന്ന് എല്ലാത്തിനും അവനെ കുറ്റപ്പെടുത്തുന്നതെന്തിനാ..."

"എടാ... നിനക്കെന്താ... അവനെന്താ നിന്റെ സ്വന്തക്കാരനാണോ... വക്കാലത്തു പറയാൻ വന്നിരിക്കുന്നു."

ജംബുലിംഗം കയർത്തു.

"സ്വന്തക്കാരനല്ലെങ്കിലും ഞാനിതു പറയും. മാനാഭിമാനം എന്നൊന്നില്ലേ..."

"ഫൂ! അമ്മേടെ മാനാഭിമാനം. എന്റെ ഉപ്പു നക്കണ പട്ടിയാ അവൻ... ചുമ്മാ വാലും ചുരുട്ടി ഇരുന്നോണം. അല്ലാതെ നീതീം ന്യായോം പറഞ്ഞ് മറ്റുള്ളവരെക്കൂടി ഇളക്കാൻ നോക്കിയാലുണ്ടല്ലോ..."

"അവൻ പറയണത് ന്യായമാ ജംബു. പഴയ പാട്ടകാലത്തെ കൂലിതന്നെ പണിക്കാർക്കു കൊടുക്കണത് ന്യായമാണോ."

"ന്യായമോ അന്യായമോ... എനിക്കങ്ങനെ കൊടുക്കാനെ പറ്റൂ... ഇത്രേം നാളായിട്ടും പട്ടിണി കിടക്കുന്ന ഏതെങ്കിലും ഒരുത്തൻ നമ്മടെ കൃഷി അതിർത്തിയിൽ ഉണ്ടോന്നു പറ..."

"അങ്ങനെ ആരുമില്ലാന്നൊന്നും വിചാരിക്കണ്ട. കിട്ടണത് ആർക്കും തികയില്ല... അതുകൊണ്ട് പലരും കൂലിയുടെ കണക്കു പറയാൻ തുടങ്ങിയിട്ടുമുണ്ട്."

"അതൊക്കെ ആ അഹങ്കാരിയുടെ പണിയാ... ചടയപ്പൻ... അവൻ ഇളക്കി വിടണതാ..."

ദിനകരൻ പിന്നെ തർക്കിക്കാൻ നിന്നില്ല. തോർത്തെടുത്ത് തോളത്തിട്ടു കൊണ്ട് എഴുന്നേറ്റു.

"എന്തോ... ഞാൻ കൂട്ടുകാരൻ എന്ന കാരണത്താൽ പറഞ്ഞതാ... കേൾക്കണതും കേൾക്കാതിരിക്കുന്നതും നിന്റെ കാര്യം."

"അതാ നിനക്കും നല്ലത്. ആരും എന്നെ കേറി ഭരിക്കാൻ വരണ്ട.. എല്ലാത്തിനേം ഇത്രേം നാളും അടക്കിതന്നെയാ വെച്ചിരിക്കുന്നത്... ചടയപ്പനെ അടക്കാനുള്ള വഴിയും എനിക്കറിയാം."

അതുകേട്ട് കൂടുതൽ നിൽക്കാതെ ദിനകരൻ ഇറങ്ങി.

പുറത്തേക്കവൻ നടക്കുന്നതിനിടയിൽ വരാന്തയുടെ അറ്റത്ത് സംസാരമെല്ലാം ശ്രദ്ധിച്ചുകൊണ്ടു നിന്ന സരോസിയെ ദിനകരൻ കണ്ടു. ഒരു നിമിഷം ഒന്നു നിന്ന് അവളെ സഹതാപത്തോടെ നോക്കിയിട്ട് ഒന്നും മിണ്ടാതെ പോകുകയും ചെയ്തു. ജംബുലിംഗത്തിന്റെ കൂട്ടുകാരനായിട്ടും ഇവന്റെ സ്വഭാവത്തിലെത്ര വ്യത്യാസമെന്ന് ഓർത്ത് അവൾ വരാന്തയിലിരുന്നു. നിലാവെളിച്ചവും തണുപ്പും ശരീരത്തെ തലോടുന്ന പോലെ. അകത്ത് രത്തിനവും ജംബുലിംഗവും വർത്തമാനം പറഞ്ഞു ചിരിക്കണതു കേൾക്കാം. ജംബുലിംഗം ദിനകരനെപ്പോലെ സ്നേഹവും സഹതാപവുമുള്ളവനായിരുന്നെങ്കിൽ - അവൻ തൊടുന്ന നിമിഷം ഈ ശരീരം വികാരംകൊണ്ട് ഉലഞ്ഞുപോയേനെ... ആ... ഇല്ലാത്ത കാര്യത്തെപ്പറ്റി ആലോചിച്ചിട്ടെന്തു കാര്യം. ജംബുലിംഗത്തിന് രത്തിനം തന്നെ നല്ല ജോടി.

ഒരു ദിവസം ഇരുട്ടിൽ വീഴാൻ പോയതും അപ്പോൾ ദിനകരൻ പിടിച്ചതും അവളോർത്തു.

രത്തിനത്തിനെ കല്യാണം കഴിച്ചുകൊണ്ടുവന്ന സമയത്ത് അവിടെ നടക്കുന്ന കൂത്തുകൾ കാണാൻ നാണിച്ച് സരോസി സ്വന്തം വീട്ടിലേക്കു പോയി. അവിടെ ചെന്ന് എല്ലാം അമ്മയോടു പറഞ്ഞു കരഞ്ഞു.

"രണ്ടാം കല്യാണം കഴിഞ്ഞൂന്നെന്നതു സത്യം. എന്നാ നിന്നെ ഒതുക്കിവെച്ചിട്ടൊന്നുമില്ലല്ലോ. ഇപ്പഴും അവന്റെ വീട്ടിൽ അവന്റെ ഭാര്യയായി തന്നെയാണ് നീ കഴിയുന്നത്."

അമ്മ സമാധാനപ്പെടുത്തിയപ്പോൾ ദേഷ്യം വന്നു.

"അങ്ങനെ ജീവിച്ചാ ആർക്കെങ്കിലും മതിപ്പുണ്ടാകുമോ. എന്നെ ഇറക്കിവിടാത്തതെന്താണെന്നുവെച്ചാ ഇതേപോലെ നല്ലൊരു പാചകക്കാരിയെ വേറെ കിട്ടില്ലന്നു വിചാരിച്ചിട്ടാ... ഞാൻ വെറും പാചകക്കാരി മാത്രമാ ഇപ്പോൾ."

സരോസിയുടെ ചുണ്ടു വിറച്ചു, കണ്ണു നിറഞ്ഞു.

"എന്റെ അവസ്ഥ അമ്മയ്ക്കറിയില്ല...' എന്നു കരയുന്നപോലെ അവൾ പറഞ്ഞു.

"ഈ രണ്ടാം കല്യാണം പോലും നീ കാരണമാണെന്നാ നിന്റെ അമ്മായിയമ്മ വീമ്പു പറയണത്. നിനക്കു കുട്ടികളുണ്ടാവാത്തത് ഒരു കാരണം. പിന്നെ ഭർത്താവിനോട് ഇണക്കത്തോടെ പെരുമാറുന്നില്ലെന്ന്..."

"ശരിയാ... ഇവരു വന്നു നേരിട്ടുകാണുന്നതല്ലേ" സരോസി ദേഷ്യത്തോടെ പറഞ്ഞു.

ആ ദേഷ്യം കണ്ട് മകളെ സമാധാനിപ്പിക്കാൻ അമ്മ പണിപ്പെട്ടു.

"അവര് ആണുങ്ങളല്ലേ... അവനെ കൈക്കുള്ളിലാക്കാൻ നിനക്കു സാമർത്ഥ്യമില്ല... പിന്നെ പെറ്റിട്ടുമില്ല... നമ്മടെ വീട്ടിലാർക്കും പെറാത്തവളെന്ന പേരില്ല. ഇപ്പോഴും നിന്നെ ആ വീട്ടിലെ മൂത്ത മരുമകളായി കണക്കാക്കിയിട്ടുണ്ടെന്ന് ഓർത്ത് സന്തോഷപ്പെട്... ഒരു ജമീന്താറുടെ വീടാണെന്ന് ഓർമ്മ വേണം."

അമ്മ ഇങ്ങനെയൊക്കെ സമാധാനപ്പെടുത്തി വിട്ടിട്ട് രണ്ടു വർഷമായി 'എന്നെ എത്ര അടിമയാക്കിയാലും ഞാൻ മോശക്കാരിയല്ല' എന്ന് സ്വയം പറഞ്ഞവൾ സമാധാനിച്ചു.

എപ്പം മറ്റൊരു സ്ത്രീയെ കൂട്ടീട്ടു വന്നോ അപ്പോഴേ നിനക്ക് എന്നോടുള്ള താത്പര്യം പോയി. നിനക്കു വേണ്ടപ്പോൾ വന്നു കിടന്നു തരാനും അല്ലാത്തപ്പോൾ അടുക്കളമൂലേൽ കിടക്കാനും എനിക്കെന്താ പട്ടിയുടെ ജന്മമാണെന്നു കരുതിയോ.

സത്യത്തിൽ ഇപ്പം എനിക്ക് എന്തു സമാധാനമുണ്ട്. കടുവയെപോലെ പാഞ്ഞു പുറത്തു കയറി നീ പിച്ചിച്ചീന്താത്തതുകൊണ്ട് ശരീരത്തിനും ആശ്വാസമുണ്ട്.

നിലാവു പൊഴിയുന്നു. നാഡിഞരമ്പെല്ലാം വലിഞ്ഞു മുറുകുന്ന പോലെ എന്താണെന്നറിയാതെ കണ്ണു നിറഞ്ഞൊഴുകി.

ഒരു ദിവസം ഈ വരാന്തയിൽ മുല്ലപ്പൂമൊട്ടുകൾ കോർത്തുകൊണ്ടിരിക്കുമ്പോൾ ഇവിടെ ഒറ്റയ്ക്കായിരുന്നു. അമ്മായിയമ്മയും ലക്ഷ്മിയും മധുരയ്ക്കു പോയിരിക്കുന്നു. അതുകൊണ്ട് എളുപ്പം അടുക്കളജോലി തീർത്തിട്ട് സ്വാമിക്കു മാല കോർക്കാൻ ഇരുന്നതാണ്. എവിടെ നിന്നോ മരഗതം ഓടി വന്നു. ചുറ്റും നോക്കി വെപ്രാളത്തോടെ അവൾ പറഞ്ഞു.

"അമ്മ... ആ ചടയപ്പനെ ആരോ കൊന്നു..."

കേട്ടിട്ട് വിശ്വാസം വന്നില്ല.

"സത്യമാ... ദേ... തോട്ടക്കാരൻ മാടസ്വാമി കണ്ടിട്ടു വന്നു പറഞ്ഞതാ..."

അവൾ തലപൊക്കി നോക്കി. മുറ്റത്തിന്റെ അറ്റത്ത് മാടസ്വാമി വിഷമിച്ചു നില്പുണ്ട്.

“അതേ അമ്മ... ഞാൻ കണ്ണുകൊണ്ടു കണ്ടതാ... എല്ലൈയമ്മൻ കോവിലിനു പുറകിലാ കിടക്കണത്... കഴുത്തിനാ വെട്ടുകൊണ്ടിരിക്കുന്നത്.”

സരോജിനിക്കു വല്ലാത്ത വിഷമം തോന്നി. ചടയപ്പൻ എത്ര നല്ലവൻ. ഈ മനുഷ്യൻ ഇത്ര ദുഷ്ടനാണോ. പൂക്കുട കാലിൽ തട്ടി ഉരുളുന്നതു ശ്രദ്ധിക്കാതെ പെട്ടെന്ന് എഴുന്നേറ്റ് അകത്തേക്കു ചെന്നു.

പെട്ടിയിൽ തുണികൾ അടുക്കിവെച്ചുകൊണ്ടിരുന്ന ജംബുലിംഗവും രത്തിനവും അവളെ ശ്രദ്ധിച്ചു. അവൾക്കു ദേഷ്യം നിയന്ത്രിക്കാൻ പറ്റിയില്ല.

“എന്താ ഇത്... എന്ത് അന്യായമാ...”

ജംബുലിംഗം അതുകേട്ട് ഒന്നു തല പൊക്കി നോക്കി ഒന്നും സംഭവിക്കാത്ത പോലെ.

“ആ ചടയപ്പനെ ആരോ കൊന്നൂന്ന്... കഴുത്തിനു വെട്ടി. ജഡം കോവിലിനടുത്തു കിടപ്പുണ്ട്.”

ആരും മറുപടി പറഞ്ഞില്ല. അതു ശ്രദ്ധിച്ചപ്പോൾ സരോസിക്ക് അരിശം കൂടി.

“എത്ര നല്ലവനായിരുന്നു... അവനെ പോയൊന്നു നോക്ക്.”

പെട്ടെന്നാണ് ജംബുലിംഗം ചാടി മുമ്പോട്ടു വന്ന് കരണത്തടിച്ചത്.

“ഫൂ! എന്തിനാ നീ ഒച്ചയെടുക്കണത്. അവനാരാടീ നിന്റെ... അതോ നീ അവന്റെ വെപ്പാട്ടിയോ”

അവൾ ദേഷ്യത്തോടെ ജംബുലിംഗത്തെ നോക്കി. അതുകണ്ട് ചിരിയടക്കാൻ ശ്രമിച്ചുകൊണ്ട് അയാൾക്കു പുറകിൽ രത്തിനം.

ഫൂ! എന്ന് അവരുടെ മുഖത്തു കാറി തുപ്പാൻ തോന്നി. അവൾ ഒന്നും മിണ്ടാതെ ദേഷ്യം അടക്കിപ്പിടിച്ച് പുറത്തേക്ക് ഇറങ്ങുമ്പോൾ ജംബുലിംഗം എന്തോ പറയണതും രത്തിനം ഉറക്കെ ചിരിക്കണതും കേട്ടു. മനസ്സിൽ തീ കോരിയിട്ടതുപോലെ.

പത്തൊമ്പത്

കോമ്പൗണ്ടിനുള്ളിലേക്ക് കാർത്തികേയന്റെ കാർ കടന്നുവരുന്നത് സരോജിനി ശ്രദ്ധിച്ചു. കാറിന്റെ ശബ്ദം കേട്ട ഉടനെ മുരുകൈയൻ വന്ന് വണ്ടിയിലിരുന്ന സഞ്ചികളെല്ലാം എടുത്തു. അരുണ കാറിൽ നിന്നിറങ്ങിയ ഉടനെ ചിരിച്ചോണ്ട് അടുത്തേക്കു വന്നു.

"വെയിലുകൊള്ളുവാണോ..." സരോജിനി എഴുന്നേറ്റു.

"എനിക്ക് എണ്ണ തേച്ചു തരാമെന്നു പറഞ്ഞിട്ട് ഇങ്ങനെ വെയിലുംകൊണ്ടിരുന്നാ മതിയോ." ഒപ്പം നടക്കുമ്പോൾ അരുണ കളിയാക്കി.

"മുത്തശ്ശിക്കു ബുദ്ധിമുട്ടാവുമോ."

"എന്ത് ബുദ്ധിമുട്ട്... മുൻപ് ആഴ്ചതോറും എണ്ണ തേപ്പിച്ചു വിടില്ലായിരുന്നോ... ഇപ്പം നീ വരാറില്ല..."

"മുത്തശ്ശിക്കു വയസ്സായില്ലേ."

"വയസ്സായ എന്താ... വല്ല മൂലേലും ചടഞ്ഞുകൂടി കിടക്കണോ. എന്റെ അമ്മായിയമ്മ ശരിക്കു പണിയെടുപ്പിച്ചതാ... അതു നല്ലതിനാന്ന് ഇപ്പഴാ മനസ്സിലായത്. എന്റെ ഒപ്പം മറ്റൊരുത്തി ഉണ്ടായിരുന്നു. രണ്ടാംഭാര്യ രത്തിനം. അവളു തീറ്റ തിന്നു വെറുതേ കിടപ്പായിരുന്നു. അവൾക്കു നാല്പതു വയസ്സു കഴിയുന്നതിനു മുമ്പേ കാലിനു വാതം വന്നു. പിന്നെ പഞ്ചസാരയുടെ അസുഖം... നെഞ്ചുവേദന... കുറെ കെടന്നു. ഇപ്പം ചത്തു പോയിട്ട് പത്തു വർഷമാകുന്നു..."

"അവരും മുത്തശ്ശനെപ്പോലെ വഴക്കുണ്ടാക്കുമായിരുന്നോ."

"അതൊന്നും അവളുടെ കുറ്റമല്ല. വെറും പുല്ലിനു പോലും അധികാരം കൊടുത്താ അതും കെടന്നു തുള്ളും. അവളുടെ നിലേലായിരുന്നെങ്കിൽ ഞാനും അങ്ങനെയൊക്കെ ആയേനേ..."

"ഏയ്... മുത്തശ്ശി ഒരിക്കലും അങ്ങനെയൊന്നും പെരുമാറില്ല."

"നീ വർത്തമാനം പറഞ്ഞോണ്ടു നിൽക്കാതെ ഏതെങ്കിലും പഴയ സാരി എടുത്ത് ഉടുത്തോണ്ടു വാ... എണ്ണേം കൊണ്ടുവാ... ഞാൻ ഇവിടെ തണലത്ത് കസേര ഇട്ടിരിക്കാം."

സരോജിനി കസേര നീക്കിയിട്ട് ഇരുന്നു. എണ്ണപാത്രവുമായി അരുണ ഓടി വന്നു. ചുരുണ്ടു നീണ്ട അരുണയുടെ കറുകറുത്ത മുടിയിൽ എണ്ണ തേപ്പിക്കുമ്പോൾ ആ ദുഷ്ടന് ഇവളുടെ ഇഷ്ടത്തിനനുസരിച്ച് ജീവിക്കാനറിയില്ലല്ലോ എന്നു വിചാരിച്ചു. എന്തു കുറവാ ഇവൾക്കുള്ളത്. എന്നാൽ എനിക്കനുഭവപ്പെട്ട അനുഭവം തന്നെയാ ഇവൾക്കും വിധിച്ചത്. ഇവളുടെ മേന്മ അറിയാത്ത മുരടൻ...

"മുത്തശ്ശിക്ക് ഭയങ്കര ദേഷ്യം തോന്നിയില്ലേ."

"ആരോട്?"

"ചെറിയ മുത്തശ്ശിയോട്."

"പിന്നെ - ദേഷ്യം വരാതിരിക്കുവോ... പക്ഷേ, ദേഷ്യം കാണിച്ചിട്ടെന്തു കാര്യം... ആരെങ്കിലും അതു മനസ്സിലാക്കിയാലല്ലേ ഗുണമുള്ളൂ."

"മുത്തശ്ശി മച്ചിയാണെന്നു പറഞ്ഞല്ലേ രണ്ടാമതും കല്യാണം കഴിച്ചത്. ഒടുവിൽ ചെറിയ മുത്തശ്ശി തന്നെയല്ലേ തോറ്റത്... എല്ലാം ഒരു തമാശ പോലെ തോന്നുന്നു."

അരുണയുടെ മുഖം നേർക്കുനേർ കാണാത്തതുകൊണ്ട് ഉള്ളിൽ മുറുമുറുപ്പോടെ സരോജിനി പറഞ്ഞു.

"അഹങ്കാരം പിടിച്ച ആണുങ്ങള് ചെയ്യണ കാര്യങ്ങൾക്കെല്ലാം ഇങ്ങനെയൊക്കെ തിരിച്ചടി കിട്ടും..."

"മുത്തശ്ശീടെ സ്ഥാനത്തു ഞാനായിരുന്നെങ്കിൽ അത്രേം അഹങ്കാരമുള്ള ഒരു ഭർത്താവിനെ ഒരു കൊച്ചിനെ പ്രസവിച്ചു കൊടുത്ത് സന്തോഷിപ്പിക്കില്ല... അവന്റെ അടുത്തു പോലും പോവില്ല."

അരുണ ശബ്ദം താഴ്ത്തിയാണിതു പറഞ്ഞതെങ്കിലും അതുകേട്ടപ്പോൾ സരോജിനി ഞെട്ടി. തലമുടിയിൽ ഉഴിഞ്ഞിരുന്ന കൈകൾ ഒരു നിമിഷം സ്തംഭിച്ചു. പിന്നെ കിണ്ണത്തിൽ നിന്ന് കൈകുമ്പിളിൽ നിറയെ എണ്ണയെടുത്ത് വീണ്ടും അവളുടെ തലമുടിയിൽ വെച്ച് ഓരോ ഭാഗമായി തലമുടി വകഞ്ഞ് തേച്ചുപിടിപ്പിച്ചു.

"പോരേ എണ്ണ തേപ്പിച്ചത്" എന്നു ചോദിച്ച് അവളുടെ കവിളിൽ എണ്ണ പുരണ്ട കൈകൾ തുടച്ചു.

കൈ സോപ്പിട്ടു കഴുകി മുറിയിലേക്കു നടക്കുമ്പോൾ ഓർത്തു അരുണ നല്ല സൂക്ഷ്മബുദ്ധിയുള്ളവളാണെന്ന്. 'ഞാനായിരുന്നെങ്കിൽ അടുത്തു പോലും പോകില്ലെന്ന്...' എന്റെ രക്തം തന്നെയാ നിനക്കും. സരോജിനി പറഞ്ഞു. എന്തൊരു ജീവിതമായിരുന്നു എന്റെ.

അപമാനം സഹിച്ചു സഹിച്ചു മനസ്സു ചത്തുപോയ കാലം. ചടയപ്പൻ

മരിച്ച വിവരമറിഞ്ഞ അന്ന് ജംബുലിംഗം അടിച്ചതും രത്തിനം കളിയാക്കി ചിരിച്ചതും ഓർത്തു. അന്നാണ് ചത്ത മനസ്സ് പത്തി വിടർത്തിയത്.

ഞാനതിനൊന്നും കുറ്റക്കാരിയല്ല... 'ജംബുലിംഗവും രത്തിനവുമാണ് ഉത്തരവാദികൾ' എന്നവൾ ഒന്നുരണ്ടു പ്രാവശ്യം പറഞ്ഞു.

"മനസ്സിൽ കുറ്റബോധം ഇല്ലേ" എന്ന് ദിനകരൻ ചോദിച്ചത് ഇപ്പോഴും ഓർക്കുന്നു.

"ഇല്ല" അവൾ പറഞ്ഞു.

ചടയപ്പൻ മരിച്ചതറിഞ്ഞിട്ടും അതൊന്നും ശ്രദ്ധിക്കാതെ കുടുംബം മുഴുവൻ പുതിയതായി വാങ്ങിയ കാറിൽ മധുരയ്ക്കു പോയി. ജംബുലിംഗത്തിന്റെ അടിയും രത്തിനത്തിന്റെ ചിരിയും മനസ്സിൽ നിന്നു പോയില്ല. ജംബുലിംഗം പെട്ടെന്നു പോയത് എന്തുകൊണ്ടാ... ചടയപ്പന്റെ കൊലയും ഇവനും തമ്മിൽ ബന്ധമില്ലേ... എന്തെല്ലാം ഗുണവിശേഷങ്ങളുള്ളവനാ എന്റെ ഭർത്താവ്... അഹങ്കാരം ഒരു മനുഷ്യനെ ഇങ്ങനെയൊക്കെ മാറ്റുമോ. ദിനകരനെ നോക്ക്... അവന്റെ അടുത്ത കൂട്ടുകാരനല്ലേ... ജമീന്താര് എന്ന പേരില്ലെങ്കിലും അവനും ഒരാണല്ലേ... എന്നിട്ടും എത്ര വിനയത്തോടെ പെരുമാറുന്നു. അവനുമായി കൂട്ടുകൂടിയിട്ടും ജംബുലിംഗത്തിനു മാറ്റമുണ്ടാകാത്തത് ദുഷ്ടനായതുകൊണ്ടുതന്നെ. ജനിച്ചതും വളർന്നതുമായ സാഹചര്യം. 'നീ വിചാരിക്കണതു നടത്താം' എന്നു വാശി പിടിപ്പിച്ച് അമ്മ വളർത്തിയതിന്റെ ഗുണം.

"മരഗതം നിനക്കു കൂട്ടിനിരിക്കും. ഞങ്ങളു നാലു ദിവസത്തിനകം വരാം" എന്നു പറഞ്ഞ് അമ്മായിയമ്മ ഇറങ്ങിയപ്പോൾ സരോസി ഒന്നും മറുപടിയായി പറഞ്ഞില്ല. അവർ പോയി കുറച്ചു കഴിഞ്ഞപ്പോ മരഗതത്തിന്റെ ഭർത്താവ് അവളെ തേടി വന്നു.

"മരഗതത്തിന്റെ അച്ഛൻ മരിച്ചു. ഇപ്പം മരുമകനാ വന്നു പറഞ്ഞത്... അവളേക്കൊണ്ടു പോണം... അമ്മയ്ക്കു ബുദ്ധിമുട്ടാകുമല്ലേ... തനിച്ചിരുന്ന് ശീലമായി കാണുമല്ലോ. എങ്കിലും ഇവിടെ കൂട്ടിരിക്കാൻ ആരെയാ വിളിക്കണ്ടതെന്നറിയില്ല... ചടയപ്പൻ ചത്തതിനുശേഷം മറ്റു കൃഷിക്കാരാരും വിളിച്ചാലും ഇങ്ങോട്ടു വരില്ല. രാവിലെ ഏതായാലും തോട്ടക്കാരൻ വരും. അവനോടു പറഞ്ഞാ അവന്റെ പെണ്ണുങ്ങളാരെങ്കിലും വരും. അവരോട് രാത്രി ഇവിടെ കെടക്കാൻ പറഞ്ഞാ മതി..."

സരോസിക്ക് അതൊക്കെ കേട്ടപ്പോൾ ദേഷ്യം തോന്നി.

"നീ പൊയ്ക്കോ... ഒരു രാത്രിയല്ലേ, ഞാൻ എങ്ങനേം കഴിഞ്ഞോളാം."

മരഗതം ഉറക്കെ കരഞ്ഞുകൊണ്ടു വന്നു.

അവളെ സമാധാനിപ്പിച്ചു പറഞ്ഞുവിട്ട ഉടനെ അവൾ കതകടച്ചു സാക്ഷയിട്ടു.

ലോകം പോലും തന്നെ ഒറ്റപ്പെടുത്തുകയാണെന്ന് അവൾക്കു തോന്നി. ഒറ്റയ്ക്കിരുന്നു കുറെനേരം കരഞ്ഞു. പുറത്ത് ഇരുട്ട് പരക്കുന്നതുപോലും അറിയാതെ അവൾ തറയിൽ കിടന്ന് കരഞ്ഞു കരഞ്ഞു മയങ്ങിപ്പോയി.

കതകിൽ തട്ടുന്ന ശബ്ദം.

തലപൊക്കി മുഖം തുടച്ചുകൊണ്ട് 'ആരാ' എന്നുറക്കെ ചോദിച്ചു.

"ഞാൻ തന്നെ. ദിനകരൻ. കതകു തുറക്ക്."

ഇടനാഴിയിലെ വൈദ്യുതവിളക്കു തെളിയിച്ചിട്ട് അവൾ കതകു തുറന്നു. അവൻ അകത്തേക്കു കയറി ചുറ്റുപാടും നോക്കി.

"വേറെ ആരുമില്ലേ..."

"ഇല്ല. എല്ലാരും മധുരയ്ക്കു പോയി..."

അവളുടെ ശബ്ദം വളരെ ക്ഷീണിച്ചിരുന്നു.

"മരഗതം. അവളുടെ വീടും അടച്ചിട്ടിരിക്കണതു കണ്ടു."

"അവളുടെ അച്ഛനും ഇന്നാണ് മരിക്കാൻ കണ്ടത്."

ഭീതിയും ദുഃഖവും തള്ളിക്കയറി വരുന്നതുപോലെ അവൾക്കു തോന്നി. ഒന്നും സംസാരിക്കാൻ പോലും പറ്റാത്തപോലെ. കണ്ണു നിറഞ്ഞു.

ദിനകരൻ അതു ശ്രദ്ധിച്ചു നിൽക്കുകയാണ്.

"കരയാതെ..."

അവൻ അസ്വസ്ഥതയോടെ പറഞ്ഞു.

അവൾ കണ്ണു തുടയ്ക്കുന്നതിനിടയിൽ ദിനകരൻ അവളുടെ തോളിൽ കൈവെച്ചു. തിളക്കമുള്ള ആ കണ്ണുകൾ അവൾ അടുത്തു കണ്ടു. ആ കൈകൾ തട്ടിമാറ്റാതെ അവൾ തല മെല്ലെ കുനിച്ചുകൊണ്ടു പറഞ്ഞു.

"കരച്ചിലു മാത്രമാ എനിക്കിപ്പോൾ കൂട്ട്..."

"പേടിക്കണ്ട... ഞാൻ ഉണ്ടല്ലോ കൂട്ടിനായിട്ട്."

കുട്ടികളെ സമാധാനിപ്പിക്കുന്നപോലെ ദിനകരൻ പറഞ്ഞു.

"ഇതിനു മുമ്പും നിന്നെ തനിച്ചാക്കിയിട്ടു പോയിട്ടില്ലേ... പിന്നെ എന്താ ഭയവും കരച്ചിലും."

അവൾക്കതു കേട്ടപ്പോൾ ചടയപ്പന്റെ മരണവും ജംബുലിംഗത്തിന്റെ അടിയും രത്തിനത്തിന്റെ ചിരിയും ഒന്നൊന്നായി ഓർമ്മ വന്നു.

രത്തിനം അങ്ങനെ ചിരിക്കാൻ ഞാൻ പുറത്തേക്കിറങ്ങിയപ്പോൾ ജംബു ലിംഗം എന്തായിരിക്കും എന്നെപ്പറ്റി പറഞ്ഞിട്ടുണ്ടാവുക.

"ഇവളുടെ കൂടെ കെടക്കണതിലും ഭേദം വല്ല മരക്കട്ടയോടൊപ്പം കിടക്കണതാ നല്ലതെന്ന് ചടയപ്പനു തോന്നി" അങ്ങനെയായിരിക്കുമോ പറഞ്ഞത്.

ഇരുപത്

പെട്ടെന്നു ശരീരത്തിനു ചൂടു തോന്നി. തീ പടരുന്നപോലെ. എങ്കിലും കണ്ണു നിറയുന്നു.

ദിനകരൻ തന്റെ തോർത്തുകൊണ്ട് അവളുടെ കണ്ണു തുടച്ചു.

"എന്തുപറ്റി, ജംബു അടിച്ചോ."

അവൾ തലയാട്ടി.

"ജംബു ഒരു മൃഗം..."

അവൻ ദേഷ്യത്തോടെ പിറുപിറുത്തു.

"എന്തിനാ അടിച്ചത്, മധുരയ്ക്കു കൂടെ പോണന്ന് പറഞ്ഞിട്ടോ."

"എന്നെ കൊണ്ടുപോകാറില്ലല്ലോ പിന്നെന്തിനാ അങ്ങനെയൊക്കെ ആഗ്രഹിക്കണത്... ചടയപ്പൻ മരിച്ചൂന്ന് കേട്ടപ്പോൾ ഓടിച്ചെന്നു ചോദിച്ചു. അതിനായിരുന്നു അടി. പിന്നെ കളിയാക്കല്... അതുകേട്ട് രത്തിനം ചിരിച്ചു."

ചടയപ്പന്റെ കാര്യം ദിനകരൻ അറിയാതിരിക്കില്ല. ജംബുലിംഗം ആളെ വിട്ടു കൊല്ലിച്ചതായിരിക്കും. എങ്കിലും ചോദിക്കാൻ തോന്നിയില്ല. അവൾ ഒന്നും മിണ്ടാതെ അവന്റെ മുഖത്തേക്കു നോക്കി നിന്നു. ദിനകരന്റെ കൈകൾ അവളുടെ തോളിൽനിന്ന് മെല്ലെ താഴത്തേക്കു തഴുകി ഇറങ്ങി. അവൻ കൈകൊണ്ട് പുറകുഭാഗത്ത് തടവിക്കൊണ്ടിരുന്നു.

അവന്റെ കരുത്താർന്ന ശരീരം അവളെ മയക്കുന്നപോലെ. എന്താണ് ചെയ്യുന്നതെന്ന് ആലോചിക്കാതെ അവൾ അവന്റെ നെഞ്ചിൽ മുഖം താഴ്ത്തി. ദിനകരൻ പെട്ടെന്ന് അവളെ കെട്ടിപ്പിടിച്ചു.

അവളുടെ കണ്ണുകൾ ചെറുതായി കവിളും കാതും ചുവന്നു. ഈ ആലിംഗനത്തിനു കാത്തിരുന്നപോലെ. മനസ്സിലെ ഭയവും വിഷമവും എല്ലാം മാറിപ്പോയി. ദിനകരന്റെ ചുണ്ടുകൾ അവളുടെ ശരീരം മുഴുവൻ നീങ്ങിയപ്പോൾ വികാരം കൊണ്ടുണരുകയായിരുന്നു. ഹോ എന്തൊരു അനുഭവം ഇത്... എന്തു ലഹരി. അവളുടെ ചുണ്ടുകൾ സന്തോഷത്തിൽ വിരിഞ്ഞപ്പോൾ ക്ഷീണത്തോടെ മങ്ങിയ കണ്ണുകൾ തുറന്നു. ദിനകരൻ തറയിൽ നിന്നെഴുന്നേറ്റ് അല്പം മാറി നിന്നു.

"ക്ഷമിക്കണം..." മൃദുവായ ശബ്ദം കേട്ടു.

"ഒരു നിമിഷം ബുദ്ധി വഴിതെറ്റിപ്പോയി."

അതു കേട്ടിട്ടും ഒന്നും പറയാതെ അവൾ എഴുന്നേറ്റിരുന്നു. അഴിഞ്ഞു പോയ തലമുടി വാരി കെട്ടിവെച്ചു.

കൂടുതൽ സമയം അവിടെ നിൽക്കാനാവാതെ പരുങ്ങിക്കൊണ്ട് ദിനകരൻ പറഞ്ഞു.

"ഞാൻ ഇറങ്ങുവാ..."

"വേണ്ട... നിൽക്ക്" തളർച്ച മാറ്റിക്കൊണ്ടവൾ പറഞ്ഞു.

"എനിക്കു കൂട്ടിരിക്കാമെന്നു പറഞ്ഞു വന്നിട്ട്..."

അവൻ ഇനിയും തീരാത്ത കിതപ്പോടെ അവളെ ശ്രദ്ധിച്ചു.

"ഞാൻ ചെയ്തത് ക്ഷമിക്കാനാവാത്ത കുറ്റമാണന്നറിയാം."

"അങ്ങനെയൊക്കെ പറഞ്ഞ് ബുദ്ധിമുട്ടിക്കല്ലേ. കുറ്റബോധം തോന്നേണ്ട കാര്യവുമില്ല..."

"ഇക്കാര്യത്തിൽ നിനക്കു പ്രശ്നമൊന്നുമില്ലല്ലോ..."

"ഇല്ല... സത്യത്തിൽ മനസ്സു തെളിഞ്ഞു..."

ചിരിച്ചുകൊണ്ടവൾ പറഞ്ഞു.

"ഞാൻ വികാരമൊന്നുമില്ലാത്ത മരക്കട്ടയല്ലെന്ന് ഇന്നു മനസ്സിലായി..."

"മുത്തശ്ശീ ലാൽബാഗിൽ പോകണമെന്നു പറഞ്ഞില്ലേ."

സരോജിനി അതുകേട്ട് ഞെട്ടി ഉണർന്നു. അരുണ റെഡിയായി നിൽക്കുന്നു.

"പോവാം... എപ്പം പോണം."

സരോജിനി തിടുക്കത്തോടെ ചോദിച്ചു.

"നാലു മണിക്ക്... മണി മൂന്നര കഴിഞ്ഞു."

"ഞാനിപ്പം അഞ്ചു മിനിറ്റിനകം റെഡിയാകാം. നീ റെഡിയാക്."

"റൈറ്റ്" എന്നു പറഞ്ഞ് അരുണ ഉത്സാഹത്തോടെ പോയി.

സരോജിനി കണ്ണാടിക്കു മുമ്പിൽ നിന്ന് തല ചീകുമ്പോൾ ഓർത്തു, മുടി ഇനിയും നളിനിയുടെ അത്രപോലും നരച്ചിട്ടില്ല. താഴമ്പൂ നിറത്തിൽ ഇരുന്ന ശരീരമാ... അരുണയുടെ പ്രായത്തില് ഈ ശരീരം എന്തു രസമായിട്ടായിരിക്കും ഇരുന്നിരിക്കുക.

മുഖം കഴുകി തുടച്ചിട്ട് പുതിയൊരു സാരി ഉടുത്തു.

"നിങ്ങൾ ഒരസാധാരണ സ്ത്രീയാ സരോജിനിയമ്മേ..."

ദിനകരന്റെ കാര്യമോർത്തപ്പോൾ ശരീരം ഒന്നിളകി. സാധാരണ പെണ്ണായിരുന്നെങ്കിൽ കുറ്റബോധംകൊണ്ട് ആധിയെടുത്ത് ചത്തുപോയേനേ...

അന്നുണ്ടായ സംഭവത്തിൽ എന്റെ മാനം നഷ്ടപ്പെട്ടുവെന്നു തോന്നിയില്ല. സത്യത്തിൽ സ്വന്തം ഭർത്താവ് എന്റെ ശരീരത്തെ മാന്തി കീറുന്നപോലെ ആക്രമിച്ചപ്പോഴാണ് അപമാനം തോന്നിയിരുന്നത്.

"റെഡിയാ മുത്തശ്ശി..." എന്നു പറഞ്ഞ് അരുണ വന്നു. കാറിൽ കയറുമ്പോൾ അവളെ ശ്രദ്ധിച്ചുകൊണ്ടു പറഞ്ഞു.

"ഈ സാരി ഉടുത്തിട്ട് നന്നായിരിക്കുന്നു കണ്ണാ..."

"താങ്ക്സ്... എന്നാ അമ്മയ്ക്കു പിടിക്കില്ല... ഞാൻ നല്ല ഡ്രസ്സു ചെയ്താ..."

"ഈ പ്രായത്തില് ഇങ്ങനെയൊക്കെ ഡ്രസ്സു ചെയ്തു നടന്നില്ലെങ്കിൽ പിന്നെ എപ്പഴാ..."

"ഞാൻ ഇങ്ങനെ ഒന്നും നടക്കരുതെന്നാ അമ്മയുടെ വിചാരം. വിധവാ വേഷം കെട്ടി നടന്നാ പിടിക്കും..."

"ഇപ്പം എന്നോടാരെങ്കിലും ചോദിച്ചാ നിനക്കു കല്യാണമേ ആയിട്ടില്ലെന്നു പറയും."

അരുണ വണ്ടി ഓടിക്കുന്നതിനിടെ അതുകേട്ട് ഉറക്കെ ചിരിച്ചു.

"മുത്തശ്ശിയെപോലെ ഇങ്ങനെ എത്ര പേരു വിചാരിക്കും."

വീട്ടിൽ നിന്നിറങ്ങുന്നതിനു മുമ്പ് ഇവൾ അമ്മയുമായി വഴക്കുണ്ടാക്കിക്കാണുമെന്നു വിചാരിച്ചു.

ലാൽബാഗെത്തി. പുറം ഗെയിറ്റിൽ നിറയെ കാറുകൾ. പല ഭാഷക്കാരുടെ കൂട്ടം. അരുണ ആരെയും ശ്രദ്ധിക്കാതെ സരോജിനിയുടെ കൈയിൽ പിടിച്ചുകൊണ്ടു നടന്നു. പലരും അരുണയെ ശ്രദ്ധിക്കുന്നതു കണ്ടു. അവളെ കണ്ടു പരിചയമുള്ളവരായിരിക്കും. ചിലര് എന്തോ പറഞ്ഞ് ചിരിക്കുന്നു. ഇതുകൊണ്ടൊക്കെയായിരിക്കും നളിനി കൂടെ വരാത്തത്. വലിയ നഗരത്തിൽ കഴിയുന്ന അവൾക്ക് ഇടുങ്ങിയ മനസ്സാണല്ലോ എന്ന് സരോജിനി ഓർത്തു.

റോസാപുഷ്പങ്ങൾ പല നിറത്തിലുള്ളവ... പല വലിപ്പത്തിൽ... അതു കണ്ടുകൊണ്ടു നടക്കുന്നതിനിടയിൽ 'ഹായ് അരുണ...' എന്ന വിളി കേട്ടു.

ശങ്കർ... ഒപ്പം ഭാര്യയുമുണ്ട്. ഒരു സായിപ്പും അവരുടെ കൂടെ നിൽക്കുന്നു.

"ഇതാണ് ആൻഡേഴ്സൺ... ഹൈക്കമ്മീഷനിലാ..."

ശങ്കർ പരിചയപ്പെടുത്തി. ആൻഡേഴ്സൺ അരുണയ്ക്കു ഷേക്ക്ഹാൻഡ് നൽകി.

"എടീ സൂപ്പർ! സാരി കലക്കി. ഇന്ന് നീ ഭയങ്കര സുന്ദരിയായിട്ടുണ്ട്." മല്ലിക പറഞ്ഞു.

അരുണയെ സന്തോഷത്തോടെ ശങ്കർ നോക്കുന്നത് സരോജിനി ശ്രദ്ധിച്ചു. ദിനകരന്റെ ഓർമ്മ പെട്ടെന്ന് കടന്നു വന്നു.

ഇരുപത്തിയൊന്ന്

സരോജിനി മല്ലികയെ അവളറിയാതെ ശ്രദ്ധിച്ചു. മല്ലിക പരിചയത്തോടെ ചിരിച്ചപ്പോൾ അടുത്തേക്കു ചെന്നു.

"മല്ലിക അല്ലേ... അരുണ എപ്പോഴും പറയും."

"എന്താ പറയണത് നല്ലതു വല്ലതുമാണോ?"

മല്ലിക ചിരിച്ചുകൊണ്ടു ചോദിച്ചു. സരോജിനിക്കും അതുകേട്ടു ചിരി വന്നു.

"വീട്ടിലേക്ക് നിന്നേം ശങ്കറിനേം ഒരു ദിവസം ഭക്ഷണം കഴിക്കാൻ വിളിക്കണമെന്ന് അരുണയോടു പറഞ്ഞോണ്ടിരിക്കുവാ..."

അരുണയും ശങ്കറും ശബ്ദം താഴ്ത്തി എന്തോ സംസാരിച്ചുകൊണ്ടു നിന്നു. മല്ലിക അത് ഒരു നിമിഷം ശ്രദ്ധിച്ചിട്ട് ഒരു ഭാവവ്യത്യാസവുമില്ലാതെ സരോജിനിയോടു ചോദിച്ചു.

"പിന്നെ എന്താ ഇതുവരെ വിളിക്കാത്തത്..."

"ഞായറാഴ്ച ഒരു ദിവസമല്ലേ നിനക്കു വീട്ടില് ശങ്കറോടൊപ്പം ഇരിക്കാൻ നേരം കിട്ടൂ. അന്നു ശല്യപ്പെടുത്തണ്ടാന്നു വിചാരിച്ചാ..."

"അതെല്ലാം ചുമ്മ! അതൊക്കെ അവളുടെ ഓരോരോ വേലകളല്ലേ..."

എന്നു തമാശയായി പറഞ്ഞ് മല്ലിക അരുണയെ നോക്കി.

"ഏയ് അരുണ! എനിക്ക് ഓസിലൊരു ശാപ്പാടു കിട്ടണത് നീ എന്തിനാ തടുക്കണത്."

അരുണ അതുകേട്ട് കണ്ണു വിടർത്തിക്കൊണ്ടു ചിരിച്ചു.

"ഞാൻ എന്തിനാ തടുക്കണത്."

എന്നിട്ട് കളിയാക്കുന്ന മട്ടിൽ പറഞ്ഞു.

"ശങ്കറു വഴക്കു പറയുമോന്നു വെച്ച് വിളിക്കാതിരുന്നതാ..."

"ശരിയാ... ഞായറാഴ്ചയെങ്കിലും കുക്കിംഗ് നടത്തിയില്ലെങ്കി മല്ലിക ആ കലയേ മറന്നു പോകും."

ശങ്കർ പറഞ്ഞു.

അരുണ അതുകേട്ട് ചിരിച്ചപ്പോൾ സരോജിനിയും അതിൽ രസിച്ചു നിന്നു.

"ശരി. എന്നാ നീ എന്നെ ക്ഷണിക്കണ്ട... നീയും മുത്തശ്ശിയും നാളെ ഞങ്ങടെ വീട്ടിലേക്കു വാ... ഉഗ്രൻ ഫുഡ് റെഡിയാക്കാം."

മല്ലിക പറഞ്ഞപ്പോൾ 'ഗുഡൈ ഐഡിയ' എന്നു ശങ്കറും ശരിവെച്ചു.

"വേണ്ട... എന്തിനാ നിങ്ങളെ കഷ്ടപ്പെടുത്തണത്. നീയും ജോലിക്കു പോണതല്ലേ... ഞായറാഴ്ച ഒരു ദിവസം കിട്ടിയാ എന്തെല്ലാം പണി കാണും..." സരോജിനി പറഞ്ഞു.

"അതൊന്നും പേടിക്കണ്ട മുത്തശ്ശി... ഞാൻ ഉണ്ടല്ലോ" എന്ന് ശങ്കർ സരോജിനിയുടെ തോളിൽ തട്ടിക്കൊണ്ടു പറഞ്ഞപ്പോൾ വീണ്ടും ചിരി.

"അതു സത്യമാ മുത്തശ്ശി... ശങ്കർ എല്ലാത്തിനും സഹായിക്കും." മല്ലിക പറഞ്ഞു.

"ഞാൻ ഇവളുടെ അമ്മായിയുടെ മകൻ. അതുകൊണ്ട് കുറച്ചധികം മര്യാദ കാണിക്കും."

അതുകേട്ട് മല്ലിക ചിരിച്ചുകൊണ്ട് അവന്റെ പുറത്തു തട്ടിക്കൊണ്ട്

"ഇല്ലെങ്കി നിനക്കു കൊമ്പു മുളയ്ക്കും" എന്നും കളിയാക്കി.

വർത്തമാനം പറഞ്ഞ് റോസാച്ചെടികൾ കണ്ടു നടക്കുന്നതിനിടയിൽ അരുണ നിശ്ശബ്ദയായതു സരോജിനി ശ്രദ്ധിച്ചു. സമ്മാനം കിട്ടിയ പൂക്കളെല്ലാം കണ്ട് മടങ്ങുന്ന സമയത്ത് അരുണ പറഞ്ഞു.

"അപ്പോ പറഞ്ഞതുപോലെ... നാളെ നിങ്ങടെ വീട്ടിൽ തന്നെ ശാപ്പാട്."

"ശാപ്പാടൊക്കെ ഞാൻ റെഡിയാക്കും. സൂപ്പ് നീയും" എന്നു പറഞ്ഞ് മല്ലിക ചിരിച്ചു.

"എരിവ് കുറച്ചധികം ഇടുമെന്നു മാത്രം..."

ശങ്കർ കളിയാക്കി.

"വാ മുത്തശ്ശി. നമുക്കു പോകാം..." അരുണ കൊഞ്ചലോടെ പറഞ്ഞു.

"എന്തായാലും നാളെ എത്തും. അപ്പം കാണാം" എന്നു പറഞ്ഞ് അരുണ കാറു തുറന്നു.

സരോജിനിക്ക് ശങ്കറാണു ഡോറു തുറന്നുകൊടുത്തത്. പുറത്തു നിന്ന് ഡോറടച്ച് അവർ 'ഗുഡ്ബൈ' പറയുകയും ചെയ്തു.

സരോജിനിക്കു സന്തോഷം തോന്നി. കുറെ സമയം എന്തൊക്കെയോ ആലോചിച്ച് പുറത്തേക്കു നോക്കിക്കൊണ്ടിരുന്നു.

“അവള്... മല്ലിക നല്ല സ്വഭാവക്കാരിയാണെന്നു തോന്നുന്നു... നല്ല തമാശക്കാരിയാ...”

സരോജിനി പറഞ്ഞത് ശരിയാണെന്ന മട്ടിൽ അരുണ തലകുലുക്കി.

“നല്ലവളാ... ശങ്കറെ പോലൊരു ഭർത്താവുള്ളതുകൊണ്ട് അവൾക്ക് ഒരു പ്രശ്നോം ഇല്ല. അത്രയ്ക്ക് ഒത്തൊരുമയാ മുത്തശ്ശി.”

“സത്യം.”

“ഞാനൊക്കെ കല്യാണം കഴിച്ച് അധികനാളാവുന്നതിനു മുൻപേ ചിരിക്കാൻ പോലും മറന്നുപോയി.”

“ദേ നോക്ക്... നീ അതെല്ലാം മറക്ക്. നിന്റെ കല്യാണം കഴിഞ്ഞ കാര്യമേ ഓർക്കണ്ട... അപ്പഴേ പഴയപടി ചിരിയും തമാശയുമൊക്കെ വരൂ...”

കുറച്ചുനേരം വണ്ടി ഓടിക്കുന്നതിൽ തന്നെ ശ്രദ്ധിച്ചിട്ട് അവൾ പറഞ്ഞു.

“താങ്ക്സ് മുത്തശ്ശി... മുത്തശ്ശീടെ ഈ സ്നേഹോം കൂടി ഇല്ലായിരുന്നെങ്കിൽ എനിക്ക് ഇപ്പോഴത്തെ പോലെ ഉത്സാഹത്തില് കഴിയാൻ പറ്റില്ലായിരുന്നു.”

കുറച്ചുനേരം പുറത്തേക്കു നോക്കിയിരുന്നിട്ട് സരോജിനി പറഞ്ഞു.

“കുറച്ചു നാളത്തേക്കു നീ ശങ്കറേം മല്ലികയേയും കാണാതിരിക്കണത് നല്ലതാന്നാ എനിക്കു തോന്നണത്.”

“എന്താ... മുത്തശ്ശിയും മറ്റുള്ളവരെപ്പോലെ പറയാൻ തുടങ്ങിയോ...”

“അതല്ല... അവരെ കൂടെക്കൂടെ കണ്ടോണ്ടിരിക്കുമ്പോൾ നമുക്ക് അവരെപ്പോലെ സന്തോഷം കിട്ടാത്തതിനെപ്പറ്റി വിഷമം തോന്നും.”

“നോൺസെൻസ്! എനിക്ക് അങ്ങനെയുള്ള ഒരു തോന്നലും ഇല്ല.”

“ഇല്ലെങ്കി പ്രശ്നമില്ല.”

“നാളെ ഭക്ഷണം കഴിക്കാൻ പോലും അവരു വിളിച്ചതു കൊണ്ടു പോണൂ... അല്ലാതെ എനിക്കു പോകണമെന്നൊന്നും ഇല്ല.”

ഇനി ഇതിനെപ്പറ്റി കൂടുതൽ സംസാരിക്കേണ്ടെന്നു കരുതി പുറത്തെ കാഴ്ചകൾ ശ്രദ്ധിക്കുന്ന മട്ടിൽ ഇരുന്നു. വണ്ടി ഓടിക്കുന്നതിനിടയിൽ അരുണ മുത്തശ്ശിയുടെ ഇരുപ്പ് ഒന്നുരണ്ടുതവണ ശ്രദ്ധിച്ചു.

“ഞാനൊരു ചോദ്യം ചോദിക്കട്ടെ.”

അരുണ ചിരിച്ചോണ്ടു ചോദിച്ചു.

“എന്താ പുതിയ വല്ല കാര്യവുമാണോ?”

“മുത്തശ്ശി ഭയങ്കരിയാ... അപ്പോഴേക്കും പിടികിട്ടി.”

"എന്ത്?"

"ആ ദിനകരൻ എന്ന ആൾക്ക് മുത്തശ്ശിയെ വലിയ കാര്യമായിരുന്നോ?"

സരോജിനിയുടെ മനസ്സൊന്നിളകി. എങ്കിലും ഗൗരവം കാണിച്ചിരുന്നു കൊണ്ടു പറഞ്ഞു.

"ഇതെന്നാ ചോദ്യം - ഇപ്പം."

"ചുമ്മാ ചോദിക്കുവാ... ദിനകരൻ മുത്തശ്ശിയോട് സഹതാപമൊക്കെ കാട്ടുമ്പോൾ ജംബുലിംഗത്തിനു ദേഷ്യം വന്നില്ലേന്ന് ഒരു സംശയം."

"അങ്ങനെയൊന്നുമില്ല കണ്ണാ..."

സരോജിനി അല്പം വിമ്മിഷ്ടത്തോടെ പറഞ്ഞു.

"നിന്റെ മുത്തശ്ശന് എന്തോ... എന്നെ കണ്ടാലെ ദേഷ്യമായിരുന്നു."

"അതിനെന്താ കാരണമെന്നാ എനിക്കു പിടികിട്ടാത്തത്. നല്ല സുന്ദരി, പതിഞ്ഞ സ്വഭാവം... അല്ലാതെ എന്നെപ്പോലെ വായാടിയൊന്നുമായിരുന്നില്ലല്ലോ"

സരോജിനി ആലോചിച്ച് മനസ്സിൽ കണക്കുകൂട്ടിയെടുത്തുകൊണ്ടു പറഞ്ഞു:

"ഒരു ഭർത്താവിനെ തൃപ്തിപ്പെടുത്തണമെങ്കിൽ പല വിഷയങ്ങൾ അവനു പിടിക്കണം. അന്നത്തെ കാലത്ത് ആണുങ്ങളുടെ ഭരണമല്ലേ... അധികാരോം ഉണ്ട്. ഭാര്യയെ ഉപേക്ഷിക്കുകയോ അല്ലെങ്കിൽ ഏതെങ്കിലും മൂലയിൽ ഒതുക്കിയിട്ടിട്ടോ വേറെ കല്യാണം കഴിക്കാം. എന്തു വേണമെങ്കിലും ചെയ്യാം. ആരും ചോദിക്കാനും പറയാനും വരില്ല. ആ മനുഷ്യന്റെ താത്പര്യത്തിനനുസരിച്ച് എനിക്കു നിൽക്കാനറിയില്ലായിരുന്നു. എന്റെ സൗന്ദര്യവും പേടിയുമൊക്കെ അവർക്കു വെറുപ്പായിരുന്നു..."

"പത്തു വർഷം ഒരുമിച്ചു കഴിഞ്ഞില്ലേ... എന്നിട്ട് എല്ലാം തുറന്നു ചോദിക്കാൻ സന്ദർഭം കിട്ടിയോ അതോ മിണ്ടാതിരുന്നോ?"

ഇവൾ സാമർത്ഥ്യക്കാരിയെപ്പോലെ എല്ലാം കിള്ളി കിള്ളി ചോദിക്കുകയാണല്ലോ എന്നു വിചാരിച്ചെങ്കിലും ചിരിക്കാനാണു തോന്നിയത്.

"മിണ്ടാതെ തന്നെ ഇരുന്നു. വല്ല ആഘോഷമൊക്കെ വരുമ്പോ ആളുകളെ ഒക്കെ കാണും. എന്നാലും വീട്ടിനകത്ത് തല പൊക്കാതെ ജോലി ചെയ്തോണം."

"ആ ദിനകരൻ അപ്പം മുത്തശ്ശിയെ കണ്ടു സംസാരിക്കുമായിരുന്നോ?"

"നീ അവനെ വിടില്ലെന്നു തോന്നുന്നു" എന്നു പറഞ്ഞ് സരോജിനി ചിരിച്ചു.

109

"തെറ്റാണെങ്കിൽ ചോദിക്കണില്ല..."

"ഏയ് അങ്ങനെയൊന്നുമില്ല. എനിക്കതൊന്നും പറയണതും പ്രശ്നമില്ല. ഒന്നു രണ്ടു പ്രാവശ്യം ദിനകരനുമായി സംസാരിച്ചിട്ടുണ്ട്. വീട്ടിലുവെച്ച്. ജംബുലിംഗം ഇല്ലാത്ത സമയത്ത് അവൻ വന്നപ്പോൾ."

അരുണ എന്തോ പിടികിട്ടിയതുപോലെ അവളെ നോക്കി കള്ളച്ചിരിയോടെ പറഞ്ഞു.

"ഇനി കൂടുതലൊന്നും ഞാൻ ചോദിക്കണില്ല... പോരേ..."

സരോജിനിക്കു നാണം തോന്നി. ഞാൻ പറഞ്ഞതിൽ നിന്ന് ഇവളെ ന്തായിരിക്കും ഊഹിച്ചിരിക്കുക. ദിനകരനെ കാണാൻ ഇവളേം വിളിച്ചോണ്ടു പോയത് മണ്ടത്തരമായെന്നു തോന്നി.

മനസ്സു മുഴുവൻ ആരേയും തുറന്നു കാണിക്കരുതെന്ന് ശപഥം ചെയ്തിരിക്കുന്നവളാ... ഒരു കാരണംകൊണ്ടും അതു മറക്കരുത്.

തളർന്നു പോയാലും ഒന്നും പുറത്താകരുത് എന്നു ശപഥം ചെയ്തിരുന്ന പഴയ സരോസിയെ മറക്കരുത്.

ഇരുപത്തിരണ്ട്

രാവിലെ കണ്ണു തുറന്നപ്പോൾ സരോസിക്ക് ഒരു ഉന്മേഷം തോന്നി. മനസ്സിൽ നിറഞ്ഞ സന്തോഷം ചുണ്ടുകളിലും കവിളുകളിലും തിളങ്ങി. രണ്ടു കൈകളും തലയ്ക്കുമേൽ പൊക്കി കുടഞ്ഞ് ഉറക്കക്ഷീണം മാറ്റി.

"നിനക്കെന്തു പറ്റി?" അവൾ അല്പം കൊഞ്ചലോടെ സ്വയം ചോദിച്ചു.

"വലിയൊരു കാര്യം നടന്നിരിക്കുന്നു" എന്നു തോന്നി. കഴിഞ്ഞ രാത്രിയുടെ ഓർമ്മകൾ വിട്ടുമാറിയിരുന്നില്ല.

"വീണ മീട്ടിയാലെ സംഗീതം വരൂ... ഉടച്ചാ വരുമോ?"

അവൾ ചിരിച്ചു. ഇപ്പം ആ വാക്കുകളുടെ അർത്ഥം മനസ്സിലായി.

സാധാരണ സംഗീതമല്ല. ഗന്ധർവസംഗീതം. കേട്ടറിയാത്ത ദേശങ്ങൾ മുഴുവൻ സഞ്ചരിച്ച ആനന്ദം. ആ യാത്രയിൽ സംശയങ്ങൾ ഇല്ല. ഭയം ഇല്ല. ഒരു സത്യത്തെ തേടിപ്പോയ യാത്ര.

അവൾ എഴുന്നേറ്റ് പുറത്തേക്കു നോക്കി. പക്ഷികളുടെ ശബ്ദം. മുല്ലയും റോജയും അരളിയും പുലർകാലത്തെ തണുത്ത കാറ്റിൽ ഇളകുന്നു. ഇതുവരെ ഇത്രേം ഭംഗിയുള്ള പ്രഭാതത്തെ കാണാത്തതുപോലെ തോന്നി.

പതിവു ചുറുചുറുക്കോടെ കിണറ്റിനടുത്തു ചെന്ന് പല്ലു തേച്ച് കുളിച്ചു വന്നു. അടുപ്പ് വൃത്തിയാക്കി കാപ്പിക്കു വെള്ളം വെയ്ക്കുമ്പോൾ അടുക്കള വാതിൽക്കൽ അല്പം ജാള്യതയോടെ നിൽക്കുന്ന ദിനകരനെ കണ്ടു.

"ഞാൻ ഇറങ്ങുവാണ്..."

അവൻ തറയിൽ നോക്കിക്കൊണ്ടു പറഞ്ഞു.

"ഏയ്. കാപ്പി കുടിക്കാതെയോ..." അവൾ തിരക്കി.

"വേണ്ട... നന്നായിട്ടു നേരം വെളുക്കുന്നതിനു മുൻപേ പോണതാ നല്ലത്. അല്ലെങ്കിൽ കുഴപ്പമാ."

അവൻ തിടുക്കത്തോടെ ശബ്ദം താഴ്ത്തി പറഞ്ഞു.

"ആർക്ക്."

അവൻ തല പൊക്കി നോക്കി.

“രണ്ടു പേർക്കും... പിന്നെ ഇന്നലത്തെ കാര്യങ്ങൾക്കെല്ലാം മാപ്പു ചോദിക്കുന്നു.”

“മാപ്പിന്റെ ആവശ്യമൊന്നുമില്ല. തെറ്റു ചെയ്തെന്നു വിചാരിക്കണ്ട... തെറ്റാണെങ്കിൽ ഞാനും പങ്കാളിയാണ്...”

അവൻ സംശയത്തോടെ നോക്കി.

“ഇപ്പഴും തെറ്റാണെന്നു തോന്നുന്നില്ലേ...”

“ഇല്ല”

അവൾ തീരുമാനംപോലെ പറഞ്ഞു.

അതൊന്നും ചർച്ച ചെയ്യേണ്ട കാര്യം പോലുമല്ലെന്ന മട്ടിൽ അടുപ്പിലെ വിറകുകമ്പുകൾ ചേർത്തുവെച്ചിട്ട് അവൾ അലമാരയിൽനിന്ന് ഒരു ചെമ്പു പാത്രമെടുത്തു കൊടുത്തിട്ടു പറഞ്ഞു.

“പാൽ കറക്കാൻ അറിയില്ലേ... തൊഴുത്തില് വെള്ളപശുവുണ്ട്. കറവക്കാരനൊക്കെ വരാൻ കുറെ നേരമാകും... ഞാൻ പെട്ടെന്നു കാപ്പി ഉണ്ടാക്കി തരാം...”

അവൻ വേറെ വഴിയില്ലാത്തപോലെ പാത്രം വാങ്ങിച്ചു.

പുതിയ വീട്ടിലെത്തിയ നവവധുവിനെപ്പോലെ സന്തോഷത്തോടെ അവൾ, തിളച്ചുമറിയുന്ന വെള്ളത്തിൽ കാപ്പിപൊടിയിട്ട് വാങ്ങിവെച്ചു. രണ്ടു ഗ്ലാസ്സുകൾ എടുത്തു കഴുകി. അഞ്ചു നിമിഷത്തിനകം അവൻ ഒരു തുടം പാലുമായെത്തി. അവൾ പെട്ടെന്ന് കാപ്പി കൂട്ടി എടുത്തു... കാപ്പിയുടെ മണം പൊങ്ങുന്ന ആവിയുള്ള ഗ്ലാസ് അവനു കൊടുത്തപ്പോൾ ഒന്നു രുചിച്ചു നോക്കിയിട്ടു പറഞ്ഞു.

“കാപ്പി ഒന്നാന്തരം... നീ കുടിക്കുന്നില്ലേ...”

“ആറട്ടെ... എന്നിട്ടു കുടിച്ചോളാം...”

അവൻ ഊതി ഊതി കാപ്പി കുടിക്കുന്നത് അവൾ നോക്കിക്കൊണ്ടു നിന്നു.

ദിനകരൻ പോയി കുറെ കഴിഞ്ഞാണ് കറവക്കാരൻ എത്തിയത്.

“എന്താ അമ്മ... ജോലി തൊടങ്ങിയോ... ഒറ്റയ്ക്കേയുള്ളോ... മരഗതത്തിന്റെ വീടു പൂട്ടിക്കിടക്കണതു കണ്ടു.”

“എന്തു ചെയ്യാനാ... മരഗതത്തിന്റെ അച്ഛൻ മരിച്ചിട്ട് അവരെല്ലാം പോയിരിക്കുവാ..”

രാവിലെ മരഗതമില്ലാത്തതുകൊണ്ട് തോട്ടക്കാരൻ തൽക്കാലത്തേക്ക് പുറംപണിക്കായി അവന്റെ ഭാര്യയെ വിളിച്ചോണ്ടു വന്നു. അത് സരോസിക്കു ഒരു സഹായമായി.

ചടയപ്പന്റെ മരണത്തെപ്പറ്റി എല്ലാവർക്കും അറിയാം. ആരാണ് കൊന്നത് എന്ന കാര്യം ആരും പുറത്തു മിണ്ടുന്നില്ല. വേലക്കാർക്കു പോലും അതിനെപ്പറ്റി പറയാൻ ഭയം. ആ മരണത്തെപ്പറ്റി ഓർക്കുമ്പോഴൊക്കെ സങ്കടവും ദേഷ്യവും തോന്നും. എത്ര ദുഷ്ടനായതുകൊണ്ടാണ് ഇതൊക്കെ സംഭവിച്ചിട്ടും ജംബുലിംഗത്തിനു ചിരിക്കാൻ കഴിയുന്നത്. ആ തടിച്ചിയുടെ മുന്നിൽ വെച്ച് എന്നെ കൈനീട്ടി അടിക്കണമെങ്കിൽ അയാൾ എന്തു വൃത്തികെട്ടവനായിരിക്കും. നിനക്ക് എന്ത് അധികാരമാണുള്ളത് ഇങ്ങനെ എന്നെ അപമാനിക്കാൻ... ഞാൻ പൊറുക്കില്ല.

രാത്രിയിൽ കറവക്കാരന്റെ ഭാര്യയുടെ ശബ്ദം മാളികയിൽ കേട്ടപ്പോൾ ഞെട്ടിപ്പോയി. ജംബുലിംഗം ഒരു മനുഷ്യനാണോ?

മധുരയ്ക്ക് കല്യാണത്തിനു പോയി വന്നശേഷം അമ്മായിയമ്മയും രത്തിനവും സ്വരചേർച്ചയിലല്ലെന്ന് സരോസിക്കു മനസ്സിലായി. എന്താണ് കാരണം എന്നൊന്നും തിരക്കാൻ പോകാതെ നമുക്ക് നമ്മുടെ പാട് എന്ന മട്ടിലായിരുന്നു അവൾ.

അന്നു വെള്ളിയാഴ്ച.

തോട്ടക്കാരൻ വൈകിട്ടു പറച്ചു കൊണ്ടുവന്ന മുല്ലപ്പൂമൊട്ടുകൾ സരോസി വരാന്തയിലിരുന്ന് മാലയായി കോർത്തെടുത്തു. തൊട്ടപ്പുറം അമ്മായിയമ്മ മുടി ചീവിക്കൊണ്ട് ഇരിക്കുന്നു. സ്വാമിയുടെ ഫോട്ടോകൾക്കു ചാർത്താനായി മാലയുമായി എഴുന്നേറ്റപ്പോൾ പട്ടുപുടവയുടുത്ത് അണിഞ്ഞൊരുങ്ങി രത്തിനം പുറത്തേക്കു വന്നു.

സരോസിയുടെ കൈയിൽ മാല കണ്ടയുടനെ 'ഇവിടെ കൊണ്ടുവാ' എന്നു പറഞ്ഞ് കയറിപ്പിടിച്ചു.

"അയ്യോ... സ്വാമിക്ക് ഇടാനുള്ളതാ..." വെപ്രാളത്തോടെ പറഞ്ഞതൊന്നും ശ്രദ്ധിക്കാതെ മാല പിടിച്ചു വാങ്ങി പൊട്ടിച്ചെടുത്തിട്ട് ഒരു ചെറിയ കഷണം മാത്രം തിരിച്ചുകൊടുത്തു.

"ഹും! സ്വാമിക്ക് ഇത്രേം പൂവൊന്നും വേണ്ട... അതു മതി" എന്നു പറഞ്ഞ് പൊട്ടിച്ചെടുത്ത മാല അവൾ ചുരുട്ടി തലയിൽ വെച്ചു. അത് ഒട്ടും ഇഷ്ടമായില്ലെങ്കിലും പുറമേ കാട്ടിയില്ല.

"രത്തിനം... എന്നാ നീ ആ ബാക്കി മൊട്ടുകളൊക്കെ ഒന്നു കോർത്തു താ...

അതു കേട്ട ഉടനെ രത്തിനം കലി തുള്ളി.

"ഛീ! നീ ആരെടി അതു പറയാൻ" എന്നു പറഞ്ഞ് കണ്ണുരുട്ടി.

വരാന്തയിലിരുന്ന അമ്മായിയമ്മ ഇതു കണ്ട് എഴുന്നേറ്റു.

“രത്തിനം... നീ കുറെ അതിരുകടക്കുന്നു. സ്വാമിക്കിടാനുള്ള പൂവെടുത്താണോ തലയിൽ വെയ്ക്കണത്. എന്താ പൂവിന് ഇവിടെ നിനക്കു മാത്രമാണോ അധികാരം. മൂത്തവളല്ലേ അതു കഷ്ടപ്പെട്ടു കോർത്തെടുത്തത്. എന്നിട്ട് അതു പിടിച്ചു മേടിച്ച് തലയിൽ വെച്ച് നീ മിടുക്കിയായി.”

രത്തിനം പുച്ഛത്തോടെ ചിരിച്ചു. ദേഷ്യംകൊണ്ട് അവളുടെ മുഖം ഇരുണ്ടു.

“ഞാൻ മിടുക്കി തന്നെയാ... എന്താ സംശയമുണ്ടോ. ആണുങ്ങൾക്ക് ഏതു ഭാര്യയോടാണോ അധികം താത്പര്യം അവളുതന്നെ മിടുക്കി. ഇവൾക്കും അതറിയാം. പൂവൊന്നുംവെച്ച് ഇവൾക്കു മിനുങ്ങി നടക്കേണ്ട ആവശ്യമില്ലായിരിക്കും...”

അമ്മായിയമ്മയുടെ മുഖത്ത് ഇരമ്പിവന്ന ദേഷ്യം കണ്ട് സരോസി അതിശയിച്ചു പോയി.

“നീ മിനുങ്ങി നടന്നിട്ട് എന്നതാടി പ്രയോജനം. ഇവളു സാധിക്കാത്ത എന്തോന്നാ നീ ഇപ്പം ഇവിടെ സാധിച്ചെടുത്തത്. കല്യാണവീട്ടിൽ പോയപ്പോൾ എല്ലാവരും ചോദിക്കുവാ മൂത്തവൾക്കു കുട്ടികളില്ലേ എന്ന്. രണ്ടാമതു കെട്ടിക്കൊണ്ടുവന്ന നിനക്കുണ്ടെന്ന് നാണക്കേടു മറയ്ക്കാനായി പറഞ്ഞപ്പോൾ എനിക്കു നാക്കു പറിച്ചെടുക്കുന്നപോലെ തോന്നിയതാ.”

“ഫൂ! എന്നാ ആ നാക്ക് നന്നായിട്ട് പറിച്ചെടുക്ക്” എന്ന് കളിയാക്കിക്കൊണ്ട് രത്തിനം പിൻതിരിയാതെ പുലിയെപോലെ അമ്മായിയമ്മയോടു കയർത്തു.

“ആണത്തമില്ലാത്ത മകനെ ഉണ്ടാക്കിവെച്ചിട്ട് ഇപ്പം എനിക്കാ കുറ്റം. എന്റെ വീട്ടിൽ എട്ടു പിള്ളേരിൽ കുറവുള്ള ആരുമില്ല. വേറെ ആണത്തമുള്ള ഏതെങ്കിലും ഒരുത്തനെയാ കെട്ടിയിരുന്നെങ്കിൽ ഞാനിപ്പം നാലഞ്ചെണ്ണത്തിനെ പെറ്റേനേ... എന്നിട്ട് മച്ചിയാണെന്ന്... മച്ചി ഞാനല്ല നിങ്ങളുടെ മകൻ...”

അമ്മായിയമ്മയുടെ മുഖം ദേഷ്യംകൊണ്ടു ചുവന്നു. അവർ സരോസിയെ നോക്കിക്കൊണ്ടു പറഞ്ഞു.

“എന്ത് അഹങ്കാരിയാ ഇവൾ. തലേലെടുത്തു വെച്ചിരുന്നതാ... ഇവൾ ഇതും പറയും ഇതിനപ്പുറോം പറയും...”

“പറയും... ഇനീം പറയും... പേടിപ്പിക്കാനൊന്നും ആരും നോക്കണ്ട.”

രത്തിനം ചീറ്റി.

“സ്വന്തം മോനേ ഏതെങ്കിലും ഡോക്ടറെ കൊണ്ടുപോയി കാണിക്ക്. അപ്പം കാര്യം മനസ്സിലാകും...”

സരോസി അബദ്ധക്കാരിയെപ്പോലെ അവിടെ നിന്നു.

ഇരുപത്തിമൂന്ന്

മുറ്റത്ത് ഇളംവെയിലിൽ ഇരുന്ന് അരിയിലെ കല്ലും പൊടിയും മാറ്റിക്കൊണ്ടിരുന്ന സരോസിയുടെ കൈകൾ ഇടയ്ക്കിടെ അല്പം സ്തംഭിച്ചു നിന്നു. അകത്ത് ജംബുലിംഗവും രത്തിനവും അമ്മായിയമ്മയും തമ്മിൽ നടക്കുന്ന തർക്കം കേൾക്കാനായി അവൾ ശ്രദ്ധിച്ചു. കുറെനേരമായി വഴക്കു തുടങ്ങിയിട്ട്. പാത്രങ്ങൾ കഴുകികൊണ്ടിരുന്ന മരഗതം അവളെ ശ്രദ്ധിച്ചുകൊണ്ട് മുറുമുറുക്കുന്ന മട്ടിൽ പറഞ്ഞു.

"രത്തിനം അമ്മയ്ക്ക് അല്ലെങ്കിലും വായാടിത്തരം കുറച്ചു കൂടുതലാ."

സരോസി മറുപടി പറയാതെ നെല്ലും കല്ലും വേർതിരിക്കുന്ന ഭാവത്തിൽ തല കുനിച്ചിരുന്നു.

"ഇങ്ങനെയൊക്കെ സംസാരിക്കാൻ തുടങ്ങിയാ ആണുങ്ങടെ തല പൊളിയും..."

സരോസി അകത്തെ വഴക്ക് ആസ്വദിക്കുകയായിരുന്നു. അതുകൊണ്ട് മരഗതം പറഞ്ഞതു കേട്ടില്ല.

രത്തിനത്തിനു തിരിച്ചടി കിട്ടണം... അവൾ ഭയങ്കരിയാണെന്ന് സരോസി വിചാരിച്ചു.

"എന്താ ഞാൻ പറഞ്ഞതിലെന്താ തെറ്റ്..."

മുറിയിൽ നിന്നുള്ള രത്തിനത്തിന്റെ ചീറ്റൽ ഇപ്പോൾ നന്നായിട്ടു കേൾക്കാം.

"നീ മിണ്ടാണ്ടിരിക്കില്ലേ..." ജംബുലിംഗത്തിന്റെ ശബ്ദം ഉയർന്നു. ഇതുവരെ രത്തിനത്തിനോട് കാണിക്കാത്ത ദേഷ്യം ആ ശബ്ദത്തിൽ ഉണ്ടായിരുന്നു.

"മിണ്ടാതിരിക്കില്ല..."

രത്തിനം വിട്ടുകൊടുക്കുന്നില്ല.

"ഇപ്പം എല്ലാവരും എന്നെ കുറ്റപ്പെടുത്തുന്നോ. ആ സരോസിയെപ്പോലെ ഞാൻ വായില്ലാപ്പൂച്ചിയൊന്നുമല്ല. എന്നെ മച്ചീന്നു വിളിച്ചാ കാണിച്ചുതരാം...

ഇപ്പം ഞാനാണ് കുറ്റക്കാരി... നിങ്ങടെ മകൻ രണ്ടാം കല്യാണം കഴിച്ചത് എന്തിനാന്ന് അങ്ങു ചോദിച്ചു നോക്ക്. അവൾ പെറാത്തതാണോ കാരണം."

"പിന്നെ, എന്താടീ കാരണം..."

അമ്മായിയമ്മയും വിട്ടുകൊടുക്കുന്നില്ല.

"അതെല്ലാം പറഞ്ഞോണ്ടിരുന്നാ നിങ്ങടെ മാനം പോകും. രാത്രീന്നോ പകലെന്നോ നോക്കാതെ ഇയാൾക്കു കെടന്നുകൊടുക്കാൻ ഞാനെന്നാ അത്ര തേവിടിശ്ശിയാണോ..."

"എടീ... നിറുത്തെടീ... എന്തു വർത്തമാനമാണെടാ ജംബു ഇവളു കെടന്നു പറയണത്."

എന്തോ ശബ്ദം കേട്ടു. പക്ഷേ, രത്തിനത്തിന്റെ ശബ്ദം ഒന്നുകൂടി ഉയർന്നു.

"ഇവർക്ക് അങ്ങനെ കെടന്നുകൊടുത്തതിനു ഞങ്ങടെ പാരമ്പര്യമനുസരിച്ച് ഞാൻ വർഷംതോറും ഒന്നിനെ പെറ്റിരിക്കണം. പെറാത്തതിന് എന്താ കാരണം... എനിക്കൊരു കൊഴപ്പോം ഇല്ല.. അവർക്കാ കൊഴപ്പം... അല്ലാതെ ചുമ്മാ മറ്റുള്ളവരെ കുറ്റപ്പെടുത്തീട്ടു കാര്യമില്ല. അത്രയ്ക്കു ദേഷ്യമാണെങ്കിൽ എന്റെ ചേട്ടൻ ഡോക്ടറല്ലേ... വന്ന് പരിശോധിപ്പിച്ചു നോക്ക്... അപ്പം അറിയാം..."

"രത്തിനം നീ അതിരുവിട്ട് സംസാരിക്കരുത്" അമ്മായിയമ്മ ഉറക്കെ പറഞ്ഞു.

"അമ്മ ചുമ്മാതിരിക്ക്... ഇവളെ ഞാൻ കൈകാര്യം ചെയ്തോളാം..."

ജംബുലിംഗത്തിന്റെ പരുപരുത്ത ശബ്ദം.

"ദേ നോക്കടി... നിന്റെ ചേട്ടൻ വലിയ മറ്റടത്തെ അവനാണെങ്കിൽ അതു നിന്റെ വീട്ടിൽ വെച്ചാ മതി. ഇവിടെ ചെലവാകില്ല. ഒരുത്തനേം കാണാൻ ഞാൻ പോണില്ല... ഇനി അതിനെപ്പറ്റി എന്തെങ്കിലും ഒരു വാക്കു പറഞ്ഞാ..."

ജംബുലിംഗം കതകു തുറന്നു പുറത്തേക്കിറങ്ങുമ്പോഴും എന്തൊക്കെയോ വിളിച്ചു പറയുന്നുണ്ടായിരുന്നെങ്കിലും സരോസിക്ക് അതു വ്യക്തമായില്ല. രത്തിനത്തിന്റെ ഉറക്കെയുള്ള കരച്ചിൽ കേട്ടു. അമ്മായിയമ്മ കലിയടങ്ങാത്ത പോലെ നടുത്തളത്തിലെ ഊഞ്ഞാൽകട്ടിലിൽ വന്നിരുന്നു.

സരോസി ഇതൊക്കെ കേട്ടിട്ടും തല നിവർത്തിയില്ല. ഒരു വാക്കു പോലും പറഞ്ഞില്ല. മരഗതവും അവളും സ്വന്തം ജോലികൾ തീർത്തു.

"ഞാൻ എല്ലാം എടുത്തുവച്ചോളാം. അമ്മ പൊക്കോ..." എന്നു മരഗതം പറഞ്ഞപ്പോൾ സരോസി എഴുന്നേറ്റ് കിണറ്റുകരയിൽ ചെന്ന് തണുത്ത വെള്ളത്തിൽ മുഖം കഴുകി.

കുറച്ചു കഴിഞ്ഞ് വീട്ടുപടിക്കൽ ഒരു വണ്ടി വന്നു നിൽക്കുന്ന ശബ്ദം കേട്ടു. തോട്ടക്കാരൻ രത്തിനത്തിന്റെ പെട്ടി വണ്ടിയിൽ എടുത്തുകൊണ്ടു വന്നുവെച്ചു. അതിനിടയിൽ രത്തിനം ചടപടാന്ന് ദേഷ്യത്തിൽ നടന്നുവന്ന് അമ്മായിയമ്മയെ ശ്രദ്ധിക്കാതെ വണ്ടിയിൽ കയറി. എന്നാൽ ജംബുലിംഗത്തെ അവിടെങ്ങും കണ്ടില്ല. ഈ കാഴ്ചയെല്ലാം സരോസിക്കൊപ്പം മരഗതവും കണ്ടു നിന്നു. ഇടയ്ക്ക് 'അതു നല്ല കാര്യം' എന്ന് മരഗതം പറയുന്നതു കേട്ടു.

രത്തിനം പോയാലും തനിക്കൊരു മെച്ചവുമില്ല എന്ന ചിന്തയോടെ അടുക്കളയിലേക്കു കയറുമ്പോൾ അമ്മായിയമ്മ മനഃപ്രയാസത്തോടെ കട്ടിലിൽ ഇരിക്കുന്നതു കണ്ടു. 'വേണം. ഇവർക്കിതു വേണം' എന്ന് സരോസിയുടെ മനസ്സു സന്തോഷിച്ചു. രത്തിനം വന്നതു മുതൽ എന്നെ എത്ര കഷ്ടപ്പെടുത്തിയിരിക്കുന്നു... വെറും വേലക്കാരിയായി മാറ്റി... രത്തിനം തിരിച്ചുപോയാലെന്താ അവൾക്ക് അവിടെ സ്വന്തം വീട്ടിൽ റാണിയെപ്പോലെ കഴിയാൻ സൗകര്യമുണ്ട്. അവളുടെ അച്ഛൻ വലിയ ജമീന്താർ. സഹോദരങ്ങൾ നല്ല പഠിപ്പുള്ളവർ. രത്തിനം പോയാൽ നഷ്ടം ഇവർക്കാണ്. എന്നാൽ അവളെ അങ്ങനെ പറഞ്ഞുവിടാനൊന്നും ജംബുലിംഗം തയ്യാറാകില്ല. ഒരുപക്ഷേ, അമ്മയെ സമാധാനപ്പെടുത്താനായിരിക്കും കുറച്ചു ദിവസത്തേക്കു പറഞ്ഞു വിട്ടത്. അല്ലെങ്കിൽ അവൾതന്നെ ദേഷ്യപ്പെട്ട് ഇറങ്ങിപ്പോയതായിരിക്കും. എന്തായാലും തന്റെ ജീവിതത്തിന് ഒരു മാറ്റവും ഉണ്ടാകാൻ പോകുന്നില്ല എന്ന ചിന്തയോടെ അവള് രാത്രി ഒറ്റയ്ക്കു കിടന്നു.

രത്തിനത്തിന്റെ വർത്തമാനം ഏതായാലും ജംബുലിംഗത്തെ ശരിക്കു ലച്ചിട്ടുണ്ട്.

'ഇവരുടെ ആട്ടത്തിന് രത്തിനം വെച്ച ചൂട് കൊള്ളാം' എന്നവൾക്കു തോന്നി.

'വേറെ വല്ല ആണുങ്ങളെയാ കെട്ടിയിരുന്നെങ്കി ഈ സമയംകൊണ്ട് നാലഞ്ചെണ്ണത്തിനെ പെറ്റേനേ...' രത്തിനം പറഞ്ഞതുപോലെ എനിക്കും അങ്ങനെ സംഭവിക്കുമായിരുന്നോ. അതോർത്തപ്പോൾ സരോസി ഒന്നു കിതച്ചു. ദിനകരനുമായി അന്നുണ്ടായ സംഭവം ഓർത്തു. ഭയം തോന്നി. അങ്ങനെ എന്തെങ്കിലും ഉണ്ടായാൽ ഇവർ എന്നെ ഇവിടെ നിന്നു പുറത്താക്കിയാലും ഞാൻ തളരില്ല. രത്തിനം വർത്തമാനം പറഞ്ഞ് ഇവരെ അപമാനിച്ചെങ്കിൽ ഞാൻ പ്രവർത്തിച്ചു കാണിക്കും.

ദിനകരൻ പിന്നെ വന്നിട്ടേ ഇല്ല. എന്നാലും അവൻ തന്ന അനുഭവം മനസ്സിൽ നിന്നു മാഞ്ഞുപോയിട്ടില്ല.

രത്തിനം പോയിട്ട് പത്തു ദിവസം കഴിഞ്ഞു. അവൾ ഇല്ലാത്തതുകൊണ്ട് ജംബുലിംഗം വീട്ടിലിരിക്കാതെയായി. അമ്മായിയമ്മ ഒന്നും സംഭവിക്കാത്തതുപോലെ നടന്നു. എന്നാൽ സരോസിക്ക് ജോലി ഒട്ടും കുറഞ്ഞില്ല. വരുന്നവരും പോവുന്നവരുമായി എത്ര പേർ. വീടു മുഴുവൻ വൃത്തിയാക്കേണ്ട കാര്യം വേറെ.

ഒരു നിമിഷം ഒന്നിരിക്കാൻ പോലും സമയം കിട്ടില്ല. ഇന്നു തന്നെ രാവിലെ നാലര മണിക്ക് എഴുന്നേറ്റതാണ്. വൈകിട്ട് അഞ്ചുമണിയായിട്ടും പണി മുഴുവൻ തീർന്നിട്ടില്ല. എങ്കിലും കുറച്ചുനേരം വെറുതേ ഇരിക്കണമെന്നു കരുതി. ഒരു പാത്രത്തിൽ കുറച്ചു പച്ചവെള്ളവുമെടുത്തുകൊണ്ട് അവൾ പുറകിലത്തെ വരാന്തയിൽ വന്നു കാലു നീട്ടി ഇരുന്നു.

വീടിന്റെ പടിക്കൽ ഒരു വണ്ടി നിൽക്കുന്നത് അപ്പോഴാണ് അവൾ ശ്രദ്ധിച്ചത്. അകത്തെ മുറിക്കു പുറത്തു നിന്ന് അമ്മായിയമ്മ ആരോടോ സംസാരിക്കുന്നുണ്ട്. എന്തൊക്കെയോ ഗൗരവമായ വർത്തമാനമാണ് പരസ്പരം തർക്കിക്കുന്നതുപോലെ. ആരാണ് വന്നിരിക്കുന്നതെന്നറിയാൻ അവൾക്കു താത്പര്യം തോന്നിയില്ല.

അതിനിടെ മരഗതം അടുത്തുവന്ന് സ്വകാര്യമായി പറഞ്ഞു.

"ആ രത്തിനം അമ്മയുടെ ചേട്ടൻ വന്നിട്ടുണ്ട്. അവരുടെ സഹോദരിക്ക് ഒരു കുഴപ്പവുമില്ലെന്ന്. പ്രസവിക്കാത്തതിന്റെ പേരിൽ അവളെ കുറ്റപ്പെടുത്തുന്നതിനെപ്പറ്റിയൊക്കെ അയാൾ ചോദിക്കണതു കേട്ടു. ജമീന്താർ യജമാനനെ ഡോക്ടറെ കാണിക്കാൻ കൊണ്ടുപോകാമെന്നു പറഞ്ഞപ്പോൾ അതൊന്നും ഈ വീട്ടിൽ ശീലമില്ലെന്നു പറഞ്ഞ് അമ്മ ദേഷ്യപ്പെടുവാ..."

"ജംബുലിംഗം ഇവിടില്ലേ..."

സരോസി തിരക്കി.

"ഇല്ല...

മരഗതം അതു പറഞ്ഞ് അകത്തെ വർത്തമാനം കേൾക്കാനായിട്ട് ശബ്ദമുണ്ടാക്കാതെ വാതിലിനടുത്തേക്കു ചേർന്നു നിന്നു.

പെട്ടെന്ന് സരോസിക്ക് വയറുരുണ്ടു കയറുന്ന പോലെ തോന്നി ഓക്കാനിച്ചു. കിണറ്റിൻകരയിലേക്കു എത്തുന്നതിനു മുമ്പേ ഛർദ്ദിച്ചു.

മരഗതം ശബ്ദം കേട്ട് ഓടി വന്നു. വാ കഴുകാൻ വെള്ളമെടുത്തു കൊടുത്തുകൊണ്ടവൾ ചോദിച്ചു.

"എന്തു പറ്റി... സുഖമില്ലേ..."

സരോസി തണുത്ത വെള്ളത്തിൽ മുഖം കഴുകി മുണ്ടുകൊണ്ടു തുടച്ചു.

മരഗതം സംശയത്തോടെ നോക്കിയിട്ട് ചിരിച്ചുകൊണ്ടു ചോദിച്ചു.

"എന്തു പറ്റി... വല്ല വിശേഷമുണ്ടോ?"

ഒന്നും പറയാതെ ക്ഷീണത്തോടെ വരാന്തയിൽ വന്നിരുന്നു.

മരഗതം അടുത്തു വന്നു. ചിരിച്ചു.

"പുറത്തായിട്ട് കുറെ നാളായില്ലേ..."

ഷോക്കേറ്റതുപോലെ തോന്നി സരോസിക്ക്. കണ്ണിൽ ഇരുട്ടു കയറുന്ന പോലെ...

"ശരിയാ... കഴിഞ്ഞതവണ അപ്പൻ മരിക്കണതിനു മുമ്പല്ലേ പുറത്താ യത്... ഇപ്പം ഒരു മാസത്തിലേറെയായി..."

മരഗതം പറയുന്നതു കേട്ടെങ്കിലും സരോസിക്കു ക്ഷീണംകൊണ്ടൊന്നും പറയാൻ പറ്റിയില്ല.

"കൊള്ളാം രത്തിനം അമ്മയ്ക്ക് ഇതു നല്ലൊരടി ആയിരിക്കും" എന്നു പറഞ്ഞ് മരഗതം അവളെ കൈകൊണ്ടു താങ്ങി പിടിച്ച് ഉള്ളിലേക്കു കൊണ്ടു വന്ന് ഊഞ്ഞാൽ കട്ടിലിൽ കിടത്തി.

ആഗ്രഹിച്ച കാര്യം സാധിച്ചതുപോലെ സരോസിക്കു തോന്നി. കുറച്ചു കഴിഞ്ഞ് മരഗതത്തോടൊപ്പം അമ്മായിയമ്മ വന്നു. അവൾ എഴുന്നേൽക്കാൻ തുടങ്ങിയപ്പോ അവർ തന്നെ അവളെ പിടിച്ചു കിടത്തി.

"ദൈവമേ... എന്റെ മോന്റെ മാനം രക്ഷിച്ചു..." എന്ന് അവർ കൈകൂപ്പി പറഞ്ഞു.

"ഇപ്പം എനിക്ക് ധൈര്യത്തോടെ രത്തിനത്തിന്റെ ചേട്ടനോടു രണ്ടു വർത്തമാനം പറയാം" എന്നു പറഞ്ഞ് ധൃതിയോടെ അമ്മായിയമ്മ പുറ ത്തേക്കു പോകുന്നത് സരോസി ശ്രദ്ധിച്ചു. പടിക്കൽ ജംബുലിംഗത്തിന്റെ വണ്ടി വന്നു നിന്നു.

മരഗതം സന്തോഷത്തോടെ സരോസിയെ പരിചരിക്കാനുള്ള തിടുക്ക ത്തോടെ അവളുടെ മുഖത്തേക്കു നോക്കി ചിരിച്ചു.

ഇരുപത്തിനാല്

"ഇന്ന് ഞാനും മുത്തശ്ശിയും ഉച്ചയ്ക്കു പുറത്തു പോയി ആഹാരം കഴിക്കും."

രാവിലെ കാപ്പി കുടിച്ചുകൊണ്ടിരിക്കുമ്പോൾ അരുണ പറഞ്ഞു.

"ഓ, ഞാനതങ്ങു മറന്നു..."

സരോസി അരുണയെ നോക്കി പറഞ്ഞപ്പോൾ നളിനിക്ക് കാര്യം പിടി കിട്ടിയില്ല.

"എവിടെയാ ശാപ്പാട്? ഏതു ഹോട്ടലിലേയ്ക്കാ മുത്തശ്ശിയെ കൊണ്ടു പോണത്."

"എന്താമ്മേ ഞങ്ങളെ ഭക്ഷണത്തിനു വിളിക്കാൻ ആളില്ലെന്നു വിചാരിച്ചോ... ഇന്നു ഞങ്ങൾക്ക് ശങ്കറിന്റെ വീട്ടിലാണ് ലഞ്ച്."

"ഓ" എന്നു നളിനി അതു നിസ്സാരമട്ടിൽ എടുത്തു.

"എന്നാ നിനക്ക് ഒരു ദിവസം അവരെ ഇങ്ങോട്ടു വിളിക്കാമായിരുന്നല്ലോ... ഊണു കഴിക്കാൻ."

"അതാ ഞാനും പറഞ്ഞത്."

സരോസി നളിനിയെ പിന്തുണച്ചു.

"പിന്നെ ഇങ്ങോട്ടു വിളിക്കാത്ത കുറ്റമേയുള്ളൂ... ശങ്കറിനെ കാണുമ്പോഴേ അമ്മേടെ മുഖം മാറും..."

നളിനിക്കതു കേട്ട് പെട്ടെന്നു ദേഷ്യം വന്നു.

"ഞാനെന്തു പറഞ്ഞാലും തെറ്റായിട്ടേ നീ എടുക്കൂ..."

"അത് അമ്മേടെ സ്വഭാവമാ... ശങ്കർ തനിയെ ഇവിടെ വന്നാ അവരോടെന്തെങ്കിലും കഴിക്കാൻ പോലും പറയാത്ത ആളാ... എന്നാ മല്ലിക കൂടി കൂടെയുണ്ടെങ്കിൽ കുഴപ്പമില്ലെന്നു വിചാരിക്കും... എന്താ... അമ്മേടെ സുഹൃത്തുക്കളുടെ വാ മൂടാൻ അതു പറ്റുമായിരിക്കും..."

"അരുണ നീ എന്തൊക്കെയാ പറയണത്..."

കാർത്തികേയൻ ഇടപെട്ടു.

"സോറി" എന്നു പറഞ്ഞ് അവൾ മുറുമുറുത്തു.

"ഞാൻ ഇപ്പം എന്തു പറഞ്ഞിട്ടാ നീ ഇപ്പം കെടന്നു ചാടണത്... അവരെ ഭക്ഷണത്തിനു വിളിക്കണമെന്നു പറഞ്ഞതിനെന്താ തെറ്റ്..."

നളിനി ദേഷ്യപ്പെട്ടു.

"ഇത്രേം നാളായിട്ടു വിളിച്ചോ? വിളിക്കാൻ തോന്നിയോ? എത്ര തവണ ശങ്കർ ഇവിടെ വന്നിട്ടുണ്ട്. ഒരു തവണയെങ്കിലും ഒരു കപ്പ് കാപ്പി വേണ മോന്നു ചോദിച്ചിട്ടുണ്ടോ, അതുപോട്ടെ എന്തെങ്കിലും രണ്ടു വർത്തമാനം പറയുക... ശങ്കറുമായുള്ള അടുപ്പംകൊണ്ടാ പ്രഭാകറെ ഒഴിവാക്കി വന്ന തെന്നാ അമ്മ ഇപ്പഴും വിചാരിക്കണത്... ശരിയല്ലേ..."

നളിനി ദേഷ്യത്തോടെ മുഖം കനപ്പിച്ചിരുന്നു. അരുണയ്ക്ക് ആവേശം അടക്കാൻ പറ്റുന്നില്ല.

"പ്രഭാകറെ കല്യാണം കഴിച്ച് മൂന്നാംദിവസംതന്നെ ആ ബന്ധം ഒരു മിസ്റ്റേക്കാണെന്ന് എനിക്കു മനസ്സിലായതാ... അതാർക്കെങ്കിലും അറി യാമോ... അഡ്ജസ്റ്റ് ചെയ്തു പോവാൻ ഞാൻ എന്തൊക്കെ ശ്രമിച്ചിട്ടുണ്ടെന്ന് അറിയാമോ. ഇതൊന്നും അമ്മ വിശ്വസിക്കില്ല... മല്ലികയ്ക്ക് ഇതൊക്കെ അറിയാം... ഭാഗ്യം അവൾ കാര്യവിവരമുള്ളവളാ, എന്നെ നന്നായിട്ടറിയാ വുന്നവൾ...

അരുണ ഇതുപറഞ്ഞിട്ട് മറുപടി കേൾക്കാൻ ഇഷ്ടമില്ലാത്തപോലെ സ്വന്തം മുറിയിലേക്കു പോയി.

കുറെനേരം ആരും ഒന്നും സംസാരിച്ചില്ല.

"ഞാനെന്തു പറഞ്ഞിട്ടാ ഇവളിങ്ങനെയൊക്കെ പറയണത്."

നളിനി വിഷമത്തോടെ പറഞ്ഞു.

കാർത്തികേയൻ നളിനിയെ സമാധാനപ്പെടുത്തി.

"കുറെ നാളായി അവളു പറയാൻ മനസ്സിലുവെച്ചിരുന്നതെല്ലാം പറഞ്ഞു. അങ്ങനെ വിചാരിച്ചാ മതി..."

നളിനിയുടെ കണ്ണു നിറയുന്നതു കണ്ടപ്പോൾ സരോജിനിക്കു സഹ താപം തോന്നി.

"നളിനി... പോട്ടേ... അവളെ വിട്... എന്റെ മോള് തെറ്റു ചെയ്യില്ലെന്ന ഉറച്ച വിശ്വാസമുണ്ടെങ്കിൽ മറ്റുള്ളവർ പിന്നെ എന്തു പറഞ്ഞാലും വിഷമ മുണ്ടാവില്ല. ഞാൻ നിന്നെ കുറ്റപ്പെടുത്തുവാന്നു വിചാരിക്കരുത്. നിന്റെ അവസ്ഥയിൽ ആർക്കാണെങ്കിലും ഇതുപോലെയൊക്കെ തോന്നും... ഈ

എനിക്കു പോലും. ഇന്നലെ അവരെ ഒരുമിച്ചു കണ്ടപ്പോഴാണ് മനസ്സിലായത്. മല്ലികയും ശങ്കറും ശരിക്കും ഒരുമയോടെ കഴിയുന്നവരാണെന്ന്."

"എന്തോ എനിക്കൊന്നും മനസ്സിലാകുന്നില്ല... പുതിയതായി ഒരു കുഴപ്പവും ഉണ്ടാവാതിരുന്നാ മതി..."

നളിനി നീരസത്തോടെ പറഞ്ഞു.

"ഇതാണ് നിന്നോട് വേണ്ടാന്നു പറയുന്നത്..."

കാർത്തികേയൻ ഇടയ്ക്കു കയറി.

"കുഴപ്പം വരുമെന്ന് എന്തിനാ ഇങ്ങനെ പറഞ്ഞോണ്ടിരിക്കണത് അവൾക്കു പഠിക്കുന്നതിലോ ജോലിക്കു പോണതോ എന്താ ഇഷ്ടമെന്നു വെച്ചാ ചെയ്യട്ടെ... നമ്മൾ ഓരോന്നു പറഞ്ഞ് ശല്യപ്പെടുത്തണ്ട..."

സരോജിനി കൂടുതൽ കേൾക്കാൻ നിൽക്കാതെ എഴുന്നേറ്റു. നളിനിയുടെ വർത്തമാനത്തിൽ ഒരു കഴമ്പുമില്ലെന്നു തോന്നി. കാർത്തികേയൻ എത്ര പറഞ്ഞാലും അവൾ സമാധാനപ്പെടാനും പോണില്ല.

പുറത്തെ വാതിലു കടന്ന് സരോജിനി തന്റെ പതിവുകസേരയിൽ ചെന്നിരുന്നു.

കള്ളമില്ലാത്ത ഒരു ബന്ധം കളങ്കമുള്ളതായി സംശയിച്ചാൽ എന്തു തോന്നും. പ്രഭാകറിനെ വിട്ട് അവൾ വന്നത് നല്ല കാര്യമാണെന്ന് നളിനിക്ക് ഇനിയും മനസ്സിലായിട്ടില്ല. പിരിയാതെ അരുണ ആ വീട്ടിൽ ഇരുന്നു കരഞ്ഞിരുന്നെങ്കിൽ ശങ്കറുമായുള്ള അരുണയുടെ സൗഹൃദത്തെ വേറെ അർത്ഥത്തിൽ എടുത്തേനേ... ഇപ്പം അങ്ങനെയൊന്നും വിചാരിച്ചു വിഷമിക്കേണ്ട ഒരു സാഹചര്യവുമില്ല. അരുണയ്ക്ക് ജോലിയുണ്ട്, വരുമാനവുമുണ്ട്. ആരുടെ സഹായവും കൂടാതെ നിൽക്കാനുള്ള തന്റേടവുമുണ്ട്. ഒരാണിന്റെ സഹതാപവും സ്നേഹവുമൊന്നും അവളുടെ നില തെറ്റിക്കില്ല.

ജംബുലിംഗം ഒരു നല്ല ഭർത്താവായിരുന്നെങ്കിൽ ദിനകരൻ തൊട്ട നിമിഷം സരോസി വികാരംകൊള്ളുമായിരുന്നോ...? സരോസി പഠിച്ചവളും സ്വയം വരുമാനമുള്ള നിലയിലുമായിരുന്നെങ്കിൽ കഥയേ മാറിപ്പോകുമായിരുന്നു.

എങ്ങനെ? അരുണയുടെ കഥ പോലെ...!

സരോസി ചിരിക്കുകയാണ്.

മനസ്സു ചഞ്ചലപ്പെടുന്നുണ്ടെങ്കിലും എന്തോ തനിക്കു സാധിക്കാൻ കഴിഞ്ഞതായി തോന്നുന്നില്ല. തന്നെ ഒരു മനുഷ്യസ്ത്രീയായി അംഗീകരിക്കാൻ എത്ര പാടുപെടണം. എന്തെല്ലാം കുറുക്കുവഴി തേടണം - എന്നൊക്കെ ആലോചിച്ച് ജീവിതം പാഴായതുപോലെ തോന്നീട്ടുണ്ട്.

അന്ന് മരഗതം തുടങ്ങിവെച്ച സംശയത്തിൽ ഉള്ളിൽ ഒരു ജീവൻ മുള പൊട്ടുന്നു എന്ന ആശ്ചര്യത്തിൽ ഇരിക്കുമ്പോൾ, അമ്മായിയമ്മയുടെ പെട്ടെന്നുള്ള മാറ്റത്തിൽ അവൾ മുഴുകിപ്പോയി. അതുകൊണ്ട് ജംബുലിംഗത്തിന്റെ വണ്ടി വന്നു നിന്ന ശബ്ദം അവൾക്കു പുതുമയായി തോന്നി.

ശബ്ദം കേട്ട് അമ്മായിയമ്മ മകനെ സ്വീകരിക്കാൻ സന്തോഷത്തോടെ മുറ്റത്തേക്കു ചെന്ന് -

'വാ ജംബു' എന്നു വിളിച്ചു.

"ആരാ വന്നിരിക്കുന്നതെന്നു നോക്ക്... ഡോക്ടർ സാറ്... രത്തിനത്തിന്റെ ചേട്ടൻ... അവളെ നമ്മളു കുറ്റപ്പെടുത്തിയെന്ന്. നിനക്കാണ് കുഴപ്പമെന്ന്..."

ആ ശബ്ദത്തിൽ പരിഹാസവും ദേഷ്യവുമുണ്ടായിരുന്നു. വളരെ ധൃതിയിലുള്ള അവരുടെ പെരുമാറ്റത്തിൽ അസ്വസ്ഥത പ്രകടമായിരുന്നു. അവർ ഡോക്ടറെ നോക്കിക്കൊണ്ടു പറഞ്ഞു. മകൻ വന്ന ധൈര്യത്തോടെ.

"ഇങ്ങനെ ഞങ്ങളെ അപമാനപ്പെടുത്തിയാൽ ദൈവം പോലും പൊറുക്കില്ല ഡോക്ടർ സാറെ... വാ... ഉള്ളിൽ വന്നു നോക്ക്... നിങ്ങളു ഡോക്ടറാണല്ലോ... ദേ നോക്ക് മൂത്തവള് - ഇവന്റെ ആദ്യ ഭാര്യ സരോസി ഗർഭവുമായിട്ടിരിക്കുന്നു. നാല്പതു ദിവസം കഴിഞ്ഞു... ഛർദ്ദിച്ചു കിടക്കുവാ... ദൈവം തന്നെ വന്ന് നിങ്ങടെ സംശയത്തിനു മറുപടി തന്നപോലെ. ഇപ്പഴാ ഞാനിതറിഞ്ഞത്... ഇപ്പം പറ... എന്റെ മോനാണോ കുഴപ്പം അതോ നിങ്ങടെ സഹോദരിക്കോ..."

കുറച്ചുനേരത്തേക്കു നിശ്ശബ്ദതയായിരുന്നു. അമ്മായിയമ്മ ഇതു പറയുമ്പോൾ ജംബുലിംഗത്തിന്റെ മുഖം എങ്ങനെയായിരുന്നുവെന്ന് സങ്കല്പിക്കാൻ സരോസിക്കു ഭയം തോന്നി. കുറച്ചു കഴിഞ്ഞ് ഡോക്ടറുടെ ശബ്ദം കേട്ടു.

"ക്ഷമിക്കണം... രത്തിനത്തെ എന്നാൽ ഒരു ലേഡി ഡോക്ടറെ കാണിക്കാം... ജംബുലിംഗത്തിനു കുഴപ്പമില്ലെങ്കിൽ..."

"അതൊന്നും എനിക്കറിയാൻ മേല. മൂത്തവൾക്ക് ഏതായാലും ഗർഭമായി. എന്നിട്ട് എന്റെ മോനെപ്പറ്റി നിങ്ങളു പറഞ്ഞത് തെറ്റാണെന്നു മനസ്സിലായില്ലേ. നിങ്ങളു പോയി ആ അഹങ്കാരിയോട് ഈ കാര്യം പറ. മറ്റേതെങ്കിലും സമയത്തായിരുന്നെങ്കിൽ ഞാനെന്തൊക്കെ പറയുമെന്ന് ഇപ്പം എനിക്കു പോലുമറിയില്ല. ഇന്ന് എനിക്കു ദേഷ്യമേ വരുന്നില്ല. മനസ്സു നിറഞ്ഞു... ജംബു അവരോടു പൊക്കോളാൻ പറ..."

എന്തൊരു താത്പര്യവും പുകഴ്ത്തലും.

"ക്ഷമിക്കണം"

"ശരി ഇറങ്ങ്"

വണ്ടി പുറപ്പെടുന്ന ശബ്ദം കേട്ടു

"നമ്മടെ കുലദൈവമാടാ ഇന്ന് സരോസിക്കുള്ളിൽ പിറന്നിരിക്കുന്നത്... ഈ ദൈവം ഇത്രേം നാളും എവിടെയായിരുന്നു. ഞാൻ ഇവിടെ നിരാശ പ്പെട്ടിരിക്കുമ്പോ നമ്മടെ മരഗതം വന്നു പറയുകയാ 'സരോസി അമ്മ ഛർദ്ദി ക്കണൂന്ന്...' ദൈവമേ... എനിക്കത് ആദ്യം വിശ്വസിക്കാൻ പോലും തോന്നി യില്ല. കണ്ണു നിറഞ്ഞു പോയി. നമ്മളെ നാണംകെടുത്തുന്ന പോലയല്ലേ ആ ഡോക്ടറു വന്നു പറഞ്ഞത് രത്തിനത്തിന് ഒരു കൊഴപ്പവുമില്ല നിന ക്കാണ് കുഴപ്പമെന്ന്!"

അമ്മായിയമ്മ സന്തോഷത്തോടെ എന്തൊക്കെയാ പറയണത്. രത്തിനത്തി നോട് ദേഷ്യവും എന്നോടു വലിയ ഇഷ്ടവും എത്ര പെട്ടെന്നാണ് ഉണ്ടായത്. വിശ്വസിക്കാൻ പറ്റാത്ത വേഗത്തിലാണ് അവരുടെ സ്വഭാവം മാറിമറിഞ്ഞത്.

ജംബുലിംഗം ഇതൊക്കെ കേട്ടിട്ട് മിണ്ടാതെ നിൽക്കുകയാണ്. വിശ്വാസം വരാത്തതുകൊണ്ടാണോ അതോ ദേഷ്യം കൊണ്ടോ.

കുറെക്കഴിഞ്ഞാണ് ആ ശബ്ദം ഉയർന്നത്.

"എവിടെ അവൾ"

കരകരപ്പുള്ള ശബ്ദം പൂമുഖത്തു മുഴങ്ങി.

"ദേ ഊഞ്ഞാൽ കട്ടിലിൽ കിടക്കുവാ... നീ ഇപ്പം ശല്യപ്പെടുത്തണ്ട... രാത്രി സംസാരിച്ചാ മതി."

ഇപ്പോഴത്തേക്കു രക്ഷപ്പെട്ടു എന്നു വിചാരിച്ച് സരോസി കണ്ണടച്ചു കിടന്നു.

"വല്ല വെള്ളവും കുടിക്കണോ കണ്ണാ..."

അമ്മായിയമ്മയുടെ സ്നേഹം ഒലിക്കുന്ന ശബ്ദം കേട്ടപ്പോൾ അവൾ കണ്ണു തുറക്കാതെ പറഞ്ഞു.

"വേണ്ട."

സാധാരണ പകലെവിടെയെങ്കിലും പോയി കിടക്കാറുള്ള അവർ അന്ന് അവളുടെ അടുത്തുനിന്നു മാറിയില്ല. രാത്രി അവളെ സാരിയുടുപ്പിച്ച് തല നിറയെ മുല്ലപ്പൂവും ചൂടിച്ചാണ് ഭർത്താവിന്റെ മുറിയിലേക്കു വിട്ടത്.

ആ വലിയ മുറിയിൽ കാലെടുത്തുവെച്ച് നീല വെൽവറ്റ് വിരിപ്പും നോക്കി അവൾ നിന്നു. കിടക്കയിൽ കിടന്നിരുന്ന ജംബുലിംഗത്തെ കണ്ടപ്പോൾ ഭയം തോന്നിയെങ്കിലും പെട്ടെന്ന് അതടക്കി ധൈര്യം സംഭരിച്ചപോലെ അലസ മായി നിന്നു.

ഇരുപത്തിയഞ്ച്

സരോസി കടന്നുവന്നതറിഞ്ഞ് ജംബുലിംഗം തിരിഞ്ഞ് എഴുന്നേറ്റു. അവന്റെ കണ്ണുകളിൽ കണ്ട ദേഷ്യവും നടപ്പിൽ തെളിഞ്ഞ കൊലവെറിയും ശ്രദ്ധിച്ചെങ്കിലും അവൾ ഭയപ്പെടാതിരിക്കാൻ ബോധപൂർവം ശ്രമിച്ചു.

ജംബുലിംഗം മുറിയിൽ അങ്ങോട്ടുമിങ്ങോട്ടും അസ്വസ്ഥനായി നാലഞ്ചു ചുവടു നടന്നു. അവൾ തല പൊക്കി അതു ശ്രദ്ധിച്ചു. അയാൾ അതു നോക്കി. കൂസലില്ലാത്ത സരോസിയുടെ മട്ടു കണ്ട് ആ നടപ്പിന്റെ വേഗത കുറഞ്ഞു. പിന്നെ പെട്ടെന്ന് അടുത്തേക്കു വന്ന് കരണത്തടിച്ചു. ഒന്നിളകി പോയെങ്കിലും ഇതെല്ലാം പ്രതീക്ഷിച്ച മട്ടിൽ തന്നെ അവൾ ദേഷ്യത്തോടെ നോക്കി.

"എന്തു ധൈര്യത്തിലാ നീ എന്റെ മുമ്പിൽ വന്നു നിൽക്കണത്. ഇതാരുടെ കുട്ടി? മര്യാദയ്ക്കു പറഞ്ഞോളണം, ഇല്ലെങ്കി കൊന്നു കുഴിച്ചു മൂടും. ആരാ ഇതിന്റെ തന്ത?'

ജംബുലിംഗം അലറി.

അതുകൊണ്ടൊന്നും വിളറാതെ അവൾ ശാന്തതയോടെ പറഞ്ഞു.

"നിങ്ങളു തന്നെ..."

"ഫൂ! തോന്ന്യവാസം പറയണോ... അഹങ്കാരി..." എന്നു പറഞ്ഞ് കൈയുയർത്തിക്കൊണ്ട് അവൻ വന്നെങ്കിലും അവളുടെ കൂസലില്ലാത്ത നില്പു കണ്ടപ്പോൾ അടിച്ചില്ല.

"തോന്ന്യവാസമൊന്നുമല്ല... സത്യമാ പറയണത്..."

"ഏതാടീ സത്യം? രത്തിനം വന്ന ശേഷം നീ എന്റെ കൂടെ കെടന്നിട്ടുണ്ടോ?"

"ഇങ്ങനെ നിങ്ങൾ പുറത്തു പറഞ്ഞാൽ എന്തു പറ്റും"

"നിന്റെ മാനം തൊലഞ്ഞു പോകും."

"ഇല്ല! നിങ്ങടെ മാനം പോകും. രത്തിനവും അവളുടെ ചേട്ടനും പറഞ്ഞതു ശരിയാണെന്ന് എല്ലാവരും പറയും... ആണത്തമില്ലാത്തവനാണെന്ന്."

അവൻ ഒരു നിമിഷം അതുകേട്ട് സ്തംഭിച്ചെങ്കിലും അതു വകവയ്ക്കാതെ പറഞ്ഞു.

"ഓഹോ, ചെയ്യാൻ പാടില്ലാത്തതു ചെയ്തിട്ട് എന്നെ പേടിപ്പിക്കാൻ നോക്കുവാണോ... നീ വയറ്റിലുള്ളത് വളർന്നാലല്ലേ... അതു വേണ്ടാന്ന് തീരുമാനിച്ചോ."

"വളർത്തും"

അവൾ ഉറപ്പിച്ചു പറഞ്ഞു.

"രത്തിനത്തിന്റെ വീട്ടുകാരുടെ മുന്നിൽ എന്റെ ഭർത്താവിന്റെ അഭിമാനം രക്ഷിക്കണമെങ്കിൽ ഇതു വളരണം. നിങ്ങൾക്ക് ഒരു കുഴപ്പവുമില്ലെന്ന് തെളിയാൻ ഇതു വളരണം."

"എന്തു ധൈര്യമാടി നിനക്ക് എന്റെ മുമ്പിൽ നിന്ന് ഇതു പറയാൻ...? എന്റെ കുട്ടിയല്ലാതെ നീ പെഴച്ചുണ്ടാക്കിയ ഇത് എന്റെ ആണെന്നു പറഞ്ഞു നടക്കാനാണോ ഭാവം."

"അതെ. ഇല്ലെങ്കി നിങ്ങടെ അമ്മ, ആ വയസ്സായ സ്ത്രീ ആകെ തകർന്നു പോകും. നിങ്ങളോട് ഇപ്പം അമ്മ കാട്ടുന്ന മതിപ്പു പോകും. പുറത്താകെ നാണം കെടും നിങ്ങൾ. മിണ്ടാണ്ടിരുന്നാ ഈ വീടിന്റെ മാനം രക്ഷപ്പെടും. മരിക്കുന്നതുവരെ ഇതിനെപ്പറ്റി ഞാനാരോടും പറയില്ല. സത്യം."

പെട്ടെന്ന് സരോസി കാണിച്ച തന്റേടവും കൂസലില്ലാത്ത സംസാരവും ജംബുലിംഗത്തെ ആകെ അസ്വസ്ഥനാക്കി. പിന്നെ പെട്ടെന്ന് ഓർമ്മിച്ച പോലെ അലറി.

"ആരാ അവൻ?"

അയാൾ ദേഷ്യംകൊണ്ട് പല്ലു കടിച്ചു, മൃഗത്തെപ്പോലെ."

അവൾ പുറത്തെ കതകിനടുത്തേക്കു നീങ്ങിക്കൊണ്ടു പറഞ്ഞു.

"അതറിയണ്ട ആവശ്യമില്ല... ഞാൻ തന്നെ മറന്നു പോയി..."

പറഞ്ഞ ഉടനെ അവൾ പെട്ടെന്ന് കതകു തുറന്ന് പുറത്തേക്കു വന്നു.

തോട്ടത്തിലെ കസേരയിലിരുന്ന് സരോജിനി തലയുയർത്തി നോക്കി. പക്ഷികളുടെ ശബ്ദമില്ല. ചുറ്റുപാടും ശാന്തം.

ഇപ്പോൾ ആലോചിക്കുമ്പോഴും അന്ന് സരോസി കാണിച്ച ധൈര്യത്തിൽ ആശ്ചര്യം തോന്നുന്നു. എങ്ങനെ കിട്ടി ആ സാമർത്ഥ്യം?

ധൈര്യമല്ല അത്. തോറ്റുപോയവന്റെ സാമാർത്ഥ്യം. എതിർക്കാൻ അവസാനത്തെ ആയുധവും പ്രയോഗിക്കുന്ന മിടുക്ക്. ആ മിടുക്കുകൊണ്ടാണ് വയറ്റിലുള്ള കുഞ്ഞിനെ രക്ഷിക്കാൻ കഴിഞ്ഞത്.

'ജമീന്താറിന് അവകാശിയെ കൊണ്ടുവന്ന മഹാരാശി'യെന്നു പറഞ്ഞ് അമ്മായിയമ്മയും നാട്ടുകാരും മതിക്കുന്ന മട്ടിൽ ആ വീട്ടിൽ പിന്നീടും ജീവിക്കാൻ കഴിഞ്ഞത്.

ജംബുലിംഗത്തിന്റെ അഹങ്കാരം എന്നിട്ടും ഒടുങ്ങിയില്ല. അവളെ പലതവണ അടിച്ച് അപമാനിച്ചു. രത്തിനത്തിനെ മാപ്പു പറഞ്ഞ് തിരികെ കൊണ്ടുവന്നു. എല്ലാ അപമാനവും സഹിച്ചത് വയറ്റിൽ വളരുന്ന കുഞ്ഞിനെ ചുമക്കണം എന്ന വാശിയോടെയാണ്. അങ്ങനെയിരിക്കുമ്പോഴാണ് ഒരു ദിവസം ദിനകരനെ കണ്ടത്. വീടിന്റെ മുന്നിൽനിന്ന് ജംബുലിംഗം എന്തോ സംസാരിച്ചുകൊണ്ടു നിൽക്കുമ്പോൾ. അവൾ തിടുക്കപ്പെട്ട് ഉമ്മറത്തേക്കു ചെന്നു. ഗർഭിണിയായ തന്നെ കണ്ടപ്പോൾ അവന്റെ മുഖത്തുണ്ടായ സന്തോഷമോ അനുതാപമോ ജംബുലിംഗം കണ്ടിരിക്കുമോ. പിന്നെ ദിനകരനെ കണ്ടിട്ടില്ല. അടുത്ത സംസ്ഥാനത്തേക്കു പേടിച്ചു ഓടിപ്പോയതാണോ സ്വന്തം കുട്ടി മരിച്ച ദുഃഖത്തിൽ... ആ വീട്ടിൽ പ്രസവിച്ച് കുട്ടിയെ വളർത്തിയ തന്റെ സാഹസത്തെ ഓർത്തോ... എന്തു സാഹസികത ആയിരുന്നെങ്കിലും ആ കഷ്ടപ്പാടുകളെല്ലാം നേട്ടമായിരുന്നു. ഇപ്പോൾ ഓർക്കുമ്പോൾ അതിൽ വലിയ മിടുക്കൊന്നും തോന്നുന്നില്ല.

ഇന്ന് അരുണയ്ക്കും ഇങ്ങനെ ചില മാനക്കേടുകൾ ഉണ്ടായി. അതൊന്നും അനുഭവിക്കേണ്ട ആവശ്യമില്ലായിരുന്നിട്ടും.

"മുത്തശ്ശി! സാരി മാറ്റിയില്ലേ. പതിനൊന്നു മണിയാകുന്നു. കുറച്ചുനേരത്തെ പോയാൽ നമുക്ക് അവിടെ സംസാരിച്ചിരിക്കാം."

അരുണയുടെ ശബ്ദം കേട്ട് സരോജിനി എഴുന്നേറ്റു. വല്ലാത്ത ക്ഷീണം തോന്നി. വെളിയിൽ പോകണോ എന്നു ശങ്കിച്ചു. വരുന്നില്ലെന്നു പറഞ്ഞാൽ പറ്റിച്ചുവെന്നു കരുതി അരുണ പിണങ്ങും. അതുകൊണ്ട് സരോജിനി മുറിയിൽ ചെന്നു സാരി മാറ്റി. കണ്ണാടിയിൽ സ്വന്തം രൂപത്തെ കണ്ടപ്പോൾ വീണ്ടും ആ ചോദ്യം.

"നിങ്ങൾക്ക് ഇപ്പോഴും ഒരു വിഷമവും ഇല്ലേ സരോജിനിയമ്മേ?"

"വിഷമമുണ്ട്..." അവൾ മനസ്സിൽ പറഞ്ഞു.

"എന്നാ നിങ്ങളു വിചാരിക്കുന്ന കാരണത്തെച്ചൊല്ലി ഇല്ല. നമ്മുടെ ഒരു ദിവസത്തെ ബന്ധം സത്യമായതുപോലെ. ബാക്കിയെല്ലാം ഞാൻ കെട്ടിയ

വേഷങ്ങൾ. പെണ്ണായി പിറന്നതുകൊണ്ട് നിന്നു പിഴയ്ക്കാൻ ആടിയ വേഷങ്ങൾ. എന്നാൽ പാവം നിങ്ങൾക്കുണ്ടായ കഷ്ടത്തെപ്പറ്റി ഓർക്കുമ്പോൾ വിഷമമുണ്ട്."

'ഛേ! എന്താ ഇങ്ങനെയൊക്കെ. ജീവിതം എന്റേതാണ്, അവൾ ഓർമ്മകളെല്ലാം പെട്ടന്നടക്കി. എന്തു വന്നാലും കൊടുത്ത വാക്ക് കാത്തു സൂക്ഷിച്ചു. ആ രഹസ്യം എന്നോടൊപ്പം മണ്ണടിയും...'

സരോസി റെഡിയായി കസേരയിൽ ഇരുന്നു.

അരുണ വരാൻ വൈകുമോ.

കണ്ണുകൾ ഇളകി.

"അവൻ ഒരു മടയൻ. സ്വന്തം കഴിവിനെപ്പറ്റി മനസ്സിലാക്കാത്തവൻ..."

"നിങ്ങൾ ഒരസാധാരണ സ്ത്രീയാണ് സരോജിനിയമ്മേ."

"ഞാൻ സാധാരണ പെണ്ണുതന്നെ. നിങ്ങളുമായുള്ള അടുപ്പംകൊണ്ട് അസാധാരണമായതാ."

അവൾ ചിരിച്ചു പോയി.

"മുത്തശ്ശി! മുത്തശ്ശി!... എന്താ കണ്ണടച്ചിരുന്ന് ഉറങ്ങിപ്പോയോ."

അരുണ ഒരു കള്ളച്ചിരിയോടെ വിളിച്ചു.

"പോവാം... നീയാ വൈകിയത്."

"സോറി. ഇടയ്ക്ക് ഒരു ഫോൺ വന്നു. ഗുഡ് ന്യൂസ്. അമേരിക്കയിൽ ഒരു കോഴ്സു ചെയ്യാനുള്ള കാര്യങ്ങളെല്ലാം ശരിയായി. ഓഫീസാണ് എന്നെ അയയ്ക്കുന്നത്."

അരുണയുടെ മുഖം സന്തോഷംകൊണ്ടു തുളുമ്പി.

"വലിയ സന്തോഷം കണ്ണാ... പോയിട്ടു വാ... ധാരാളം പഠിക്ക്. സ്വയം സമ്പാദിച്ച് സ്വന്തം കാലിൽ നിൽക്കണം. എന്നിട്ട് എല്ലാ തരത്തിലും നിനക്കു പറ്റുമെന്നു തോന്നുന്ന ഒരുത്തനെ കണ്ടുപിടിച്ച് കല്യാണം കഴിക്ക്."

"ഇപ്പോഴൊന്നും എനിക്ക് കല്യാണം വേണ്ട മുത്തശ്ശി."

"ആവശ്യമില്ലാത്തതുവരെ ആവശ്യമില്ല. നിനക്കു പിടിച്ച ഒരുത്തൻ വരുന്നതുവരെ കല്യാണത്തെപ്പറ്റി ചിന്തിക്കണ്ട..."

"കറക്ട്!"

അരുണ ചിരിച്ചു. എന്നിട്ട് മുത്തശ്ശിയെ കെട്ടിപ്പിടിച്ചു. കാർത്തികേയനോടും നളിനിയോടും യാത്ര പറഞ്ഞ് കാറിൽ കയറാൻ തുടങ്ങുമ്പോൾ ഗെയ്റ്റിനു മുമ്പിൽ ഒരു ഓട്ടോറിക്ഷ വന്നു നിന്നു.

ആരാ വരുന്നതെന്നറിയാൻ സരോജിനി കാറിനകത്തേക്കു കയറാതെ സൂക്ഷിച്ചു നോക്കി.

“എന്താ മുത്തശ്ശി... കേറ് എന്നിട്ട് ഡോറടയ്ക്ക്.”

അരുണ ധൃതിവെച്ചു.

ഓട്ടോയിൽനിന്ന് ശ്യാമള ഇറങ്ങുന്നതു കണ്ടു.

“നിക്ക്, ആ പെണ്ണു വരട്ടെ... എന്താ വിശേഷമെന്നു ചോദിച്ചിട്ടു പോകാം.”

“ഓ, ഞാനതു ശ്രദ്ധിച്ചില്ല” എന്നു പറഞ്ഞ് അരുണ ശ്യാമളയെ നോക്കിയിട്ട് ‘വാ... വാ” എന്നു വിളിച്ചു. ശ്യാമളയുടെ മുഖത്ത് സന്തോഷമില്ല. ആകെ വിയർത്ത് വാടി ഇരിക്കുന്നു. സരോജിനിയെ കണ്ട് തിടുക്കത്തോടെ അവരുടെ അടുത്തേക്കു വന്നു.

“മുത്തച്ഛൻ മരിച്ചു... ഇന്നലെ രാത്രി... രാവിലെയാണ് ഞങ്ങൾക്കു വിവരം കിട്ടിയത്.”

സരോജിനി അതുകേട്ട് സ്തംഭിച്ചു നിന്നു. ഒന്നു രണ്ടു നിമിഷം സംസാരിക്കാൻ പോലും കഴിഞ്ഞില്ല.

“ഇവിടെ നിന്നു പോകുമ്പോൾ എന്നോടു പ്രത്യേകം പറഞ്ഞ് ഏല്പിച്ചതാ... മരിച്ച വിവരം അറിഞ്ഞാ സരോജിനിയമ്മയേയും മകനേയും അറിയിക്കാതിരിക്കരുതെന്ന്. അതാ ഫോണിൽ പറയാതെ നേരിട്ടുതന്നെ വന്നത്...”

സരോജിനിയുടെ മുഖം ശാന്തമായി. അവർ ശ്യാമളയുടെ തോളിൽ കൈവെച്ചുകൊണ്ടു മെല്ലെ പിറുപിറുത്തു. “നന്ദി... നന്ദി...”

ഗേറ്റിൽ ഓട്ടോക്കാരൻ ഹോൺ മുഴക്കി.

“ഞാനിറങ്ങുവാ... മുത്തശ്ശനു മകില്ലാത്തതുകൊണ്ട് എന്റെ മോനാ കർമ്മങ്ങൾ ചെയ്യുന്നത്, കൊള്ളിവെയ്ക്കണതും.”

ശ്യാമള ഓട്ടോയിൽ കേറുന്നതുവരെ സരോജിനി അവളെ നോക്കിക്കൊണ്ടു നിന്നു.

ശരീരം വിറയ്ക്കുന്നതുപോലെ... സരോജിനി പെട്ടെന്ന് വരാന്തയിലെ കസേരയിൽ ചെന്നിരുന്നു.

തന്നെ സൂക്ഷിച്ചു നോക്കിക്കൊണ്ട് അരുണ നിൽക്കുന്നത് അപ്പോഴാണ് ശ്രദ്ധിച്ചത്...

“ഞാൻ ഭക്ഷണം കഴിക്കാൻ വരുന്നില്ല കണ്ണാ...”

സരോജിനി തളർന്ന ശബ്ദത്തിൽ പറഞ്ഞു.

“ഞാനും പോണില്ല...”

അരുണ അടുത്തുവന്ന് മുത്തശ്ശിയുടെ തോളിൽപ്പിടിച്ചു.

ഇരുപത്തിയാറ്

"എന്റെ മുറിയിലേക്കു പോണൂ..." എന്നു പറഞ്ഞ് സരോജിനി എഴുന്നേറ്റു. കഴിഞ്ഞ കാലവുമായി ഇതുവരെയുണ്ടായിരുന്ന ബന്ധം അറ്റു പോയതു പോലെ ശൂന്യത അനുഭവപ്പെട്ടു.

'അവനവന്റെ കടമയെല്ലാം തീർന്നുകഴിഞ്ഞാ പോവണം. അതിൽ ദുഃഖി ച്ചിട്ടു കാര്യമില്ല' എന്നു മനസ്സിൽ ഉരുവിട്ട് സരോജിനി മുറിയിലേക്കു നടന്നു. ഉറ്റതോഴിയെപ്പോലെ അരുണ ഒപ്പമുണ്ട്.

"ഇപ്പഴല്ലേ അവരെ മുത്തശ്ശി വീണ്ടും കണ്ടത്. അതുകൊണ്ട് വിഷമം തോന്നും.."

അരുണ പറഞ്ഞു. സരോജിനിക്ക് ഒന്നും പറയാൻ തോന്നിയില്ല. ഇവൾ കൂടെ വന്ന് എന്റെ മനസ്സ് അളക്കാൻ ശ്രമിക്കുവാണോ. മുറിയിലെത്തിയ ഉടനെ ഈസിചെയറിൽ കിടന്നു കണ്ണടച്ചു.

"എന്താ മുത്തശ്ശി, എന്തു പറ്റി? വല്ല അസുഖവും...?"

"ഒന്നുമില്ലെന്ന്" കൈ ഉയർത്തി കാട്ടി.

"ഇന്ന് ഈ വാർത്ത ഒട്ടും പ്രതീക്ഷിച്ചതല്ലല്ലോ... കേട്ടപ്പോ ഒന്നു പതറി പ്പോയി..." എന്നു കണ്ണടച്ചുകൊണ്ടുതന്നെ പറഞ്ഞു.

"കുടിക്കാൻ വല്ലതും കൊണ്ടുവരണോ."

"വേണ്ട... കുറച്ചുനേരം എന്നെ ഒറ്റയ്ക്കു വിട്... കാർത്തികേയനോട് ദിന കരൻ മരിച്ച കാര്യം പറ..."

അരുണ വീണ്ടും മുത്തശ്ശിയെ നോക്കി നിന്നു. പിന്നെ ധൃതിയിൽ പുറ ത്തേക്കു പോയി.

സരോജിനിയുടെ മുഖത്തെ വിളർച്ച മെല്ലെ മറഞ്ഞു. എന്തോ ഓർമ്മി ച്ചതുപോലെ ചുണ്ടിൽ ചെറിയ ചിരി.

'കാർത്തികേയനെയും എന്നെയും കൂടി ഒരുമിച്ചു കാണാനായിരുന്നോ ഇത്രേം നാൾ ജീവൻ പിടിച്ചു നിറുത്തിയത്... മനസ്സ് നിറഞ്ഞുവെന്ന് അന്നു പറഞ്ഞില്ലേ, അതിനു വേറെ അർത്ഥമുണ്ടാകാൻ ഇടയില്ല. ഒരേ ഒരു

ദിവസത്തെ ഓർമ്മയുമായി അമ്പതുവർഷം കാത്തിരുന്നുവെന്ന് വിശ്വസിക്കുന്നുണ്ടോ... ഞാനും ഒരു മനുഷ്യസ്ത്രീയാണെന്ന് എന്നെ തിരിച്ചറിയിപ്പിച്ച ഓർമ്മയല്ലേ അത്... ഇല്ല... എനിക്ക് അതിനെപ്പറ്റി ഒരു വിഷമവുമില്ല... അപമാനവുമില്ല...

മനസ്സ് തളർന്നു പോണതുപോലെ. കഴിഞ്ഞ കാലവും ഇപ്പോഴത്തെ ജീവിതവും ഒന്നുചേർന്ന് മാലപോലെ ചുറ്റുകയാണ്. സരോസിയും സരോജിനിയുമായി മാറി മാറി ഒരു വിധിക്കുള്ളിൽ പെട്ടതുപോലെ... കണ്ണു കെട്ടി ഇരുട്ടിൽ അലയുകയാണ്.

“അമ്മേ...”

ഇരുട്ടിൽ കേൾക്കുന്നപോലെ ശബ്ദം...

“അമ്മേ...”

ആരോ തോളിൽ പിടിച്ചു കുലുക്കുന്നു.

കാർത്തികേയനും മുരുകൈയനും അവർക്കു പുറകിൽ അരുണയും നളിനിയും നിൽക്കുന്നത് കണ്ടു. എല്ലാ മുഖത്തും പരിഭ്രാന്തി.

“എന്താ...” തിടുക്കത്തോടെ ചോദിച്ചു.

“അമ്മയ്ക്കു സുഖമില്ലേ...”

കാർത്തികേയൻ തോളിൽ കൈവെച്ചുകൊണ്ടു ചോദിച്ചു.

“ഏയ് ഒരസുഖവുമില്ല...” എന്നു പറയുമ്പോൾ ശബ്ദം പതറി.

“കുറച്ചു ക്ഷീണം തോന്നുന്നുണ്ട്... വാ... കിടക്കയിൽ കേറി കിടക്ക്...”

“ശരി” എന്നു പറഞ്ഞ് എഴുന്നേറ്റപ്പോൾ സരോജിനിക്കു തല ചുറ്റിയെങ്കിലും പെട്ടെന്നു ശരിയായതുപോലെ.

“എനിക്കു വയസ്സായി” എന്നു പറയുന്നതിനിടെ നളിനിയും അരുണയും കൂടി അവരെ സാവധാനം കിടക്കയിൽ കിടത്തി.

പെട്ടെന്ന് ശ്യാമള പറഞ്ഞ കാര്യം ഓർമ്മ വന്നു. എന്നാൽ ദിനകരൻ എന്ന പേര് ഓർമ്മയിലേക്കു വന്നില്ല... തനിക്കെന്തു പറ്റിയെന്നു തോന്നി.

കാർത്തികേയനോടു കാര്യം പറയണ്ടേ?

“അവരു മരിച്ചു...”

അത്രമാത്രം സരോജിനി പറഞ്ഞു.

“അറിയാം”

കാർത്തികേയൻ അടുത്തു വന്നിരുന്നു.

“അവര് ആരാണെന്ന് അറിയാമോ...”

പെട്ടെന്നു ചോദിച്ചു പോയി.

"അറിയാം... അമ്മ ദിനകരനെപ്പറ്റിയല്ലേ പറയണത്..."

"അതെ..."

സ്വയംബോധം വന്നതുപോലെ കൂടുതൽ പറയാതെ നിറുത്തിക്കൊണ്ട് കണ്ണടച്ചു. കുറച്ചു കഴിഞ്ഞ് കണ്ണു തുറന്നപ്പോഴും എല്ലാവരും തന്നെ നോക്കി നിൽക്കുന്നതു കണ്ടു.

"അവർക്ക് വയസ്സായി. എന്തൊക്കെയോ അസുഖങ്ങളുണ്ടായിരുന്നു... കുറെ ചികിത്സേം നടത്തിയതാ... ഇപ്പം മരിച്ചൂന്ന് കേട്ട് അമ്മ എന്തിനാ ഇത്രേം വെഷമിക്കണത്..."

കാർത്തികേയന്റെ ചോദ്യം കേട്ടപ്പോൾ സരോജിനി ക്ഷീണം മറന്ന് ഒന്ന് ഉഷാറായി.

"നമുക്ക് നന്നായിട്ടറിയാവുന്ന ആള് മരിച്ചൂന്നു കേട്ടാ കൊറച്ചു വെഷമം തോന്നില്ലേ..."

"അയാളോട് നമുക്ക് ഒരു ബന്ധവുമില്ലല്ലോ."

അതുകേട്ടപ്പോൾ പിന്നെ ഒന്നും പറയാൻ തോന്നിയില്ല. മനസ്സിൽ ഒളിപ്പിച്ചുവെച്ചിരിക്കുന്നവ അറിയാതെ പറഞ്ഞുപോകുമോ എന്നു തോന്നി.

"അമ്മയുടെ ശരീരം പോലും തളർന്നുപോകത്തക്ക കാര്യമൊന്നുമല്ല ഇത്..."

കാർത്തികേയന്റെ ശബ്ദത്തിന് കടുപ്പം വന്നതുപോലെ. അവളറിയാതെ കണ്ണു നിറഞ്ഞു. അരുണ അതുകണ്ട് കണ്ണു തുടച്ചു കൊടുത്തു.

"എന്താ അമ്മയ്ക്ക് ഇത്രയ്ക്ക്..."

കാർത്തികേയൻ ഇഷ്ടപ്പെടാത്ത പോലെ പിറുപിറുത്തു. സരോജിനിക്ക് അതുകേട്ട് അസ്വസ്ഥത തോന്നി.

"ഒരാളു മരിച്ചാ ഇത്ര മാത്രമേ ദുഃഖിക്കാവൂ എന്നൊക്കെ വല്ല ലിമിറ്റുമുണ്ടോ. മുത്തശ്ശിയുടെ ചെറുപ്പം മുതൽ ഉള്ളതാ ആ മനുഷ്യൻ... എത്ര വർഷത്തെ പരിചയം കാണും... അതോർത്തെല്ലാം വെഷമിക്കുന്നതിൽ എന്താ തെറ്റ്..."

അരുണ ചോദിച്ചു.

"തെറ്റൊന്നും ആരും പറഞ്ഞില്ല... അമ്മേടെ ശരീരത്തിനു വല്ല അസുഖോമുണ്ടോന്നാ വിചാരിച്ചത്. അല്ലാതെ അവരെത്ര അടുപ്പമുള്ളവരായിരുന്നെന്നോ ഒന്നും എനിക്കറിയില്ല..."

"എന്റെ അമ്മ പറയും, മുമ്പ് ജമീന്താറുടെ മാളികയിലെ വളരെ വേണ്ട പ്പെട്ടവനായിരുന്നു ഇദ്ദേഹമെന്ന്... ഈ വല്യമ്മയും അവരും സഹോദരങ്ങ ളെപ്പോലെ കഴിഞ്ഞതാ... അവിടെയായിരുന്നെങ്കിൽ ഇപ്പം വല്യമ്മ മരണ വീട്ടിൽ എത്തിക്കഴിഞ്ഞേനേ..."

മുരുകൈയൻ ഇതു പറഞ്ഞപ്പോൾ അല്പം ആലോചിച്ചിട്ട് കാർത്തി കേയൻ പറഞ്ഞു.

"ഇപ്പഴും പോകാമല്ലോ..."

"ഇവിടുന്നു മുപ്പതു നാല്പതു മൈലുണ്ടാകും... ഒരു ഗ്രാമത്തിലാ... വിലാ സമുണ്ട്..."

മുരുകൈയൻ ഓർമ്മിപ്പിച്ചു.

"എന്നാ നമുക്കു പോവാം..."

അരുണ തിടുക്കപ്പെട്ടു.

"ഇപ്പം എന്തിനാ..."

നളിനി ഇടയ്ക്കു കയറി.

"പോയിട്ടു വരണതിലെന്താ... അവർക്ക് വല്ല സഹായം വേണമെങ്കിൽ ചെയ്തിട്ടു വരാം..."

കാർത്തികേയൻ സമാധാനിപ്പിച്ചു.

സരോജിനിക്ക് ഇതെല്ലാം കേട്ടപ്പോൾ വീണ്ടും അസ്വസ്ഥത തോന്നി. കാർത്തികേയന് അങ്ങോട്ടു പോകണമെന്നു തോന്നുമെന്ന് ഒരിക്കലും പ്രതീക്ഷിച്ചതല്ല. തിരമാലപോലെ ഓർമ്മകൾ മനസ്സിൽ പൊങ്ങി വരിക യാണ്.

"എന്താ അമ്മ പറയണത്."

"അതു നീ തീരുമാനിക്കേണ്ടതാ... പോയിട്ടു വരണതാ മര്യാദ."

കാർത്തികേയൻ അമ്മയുടെ കൈയിൽ പിടിച്ചുകൊണ്ടു പറഞ്ഞു.

"പോയി നമ്മളാൽ കഴിയുന്ന പ്രായശ്ചിത്തം ചെയ്യാം"

സരോജിനി പെട്ടെന്ന് ഉത്കണ്ഠയോടെ മകനെ തലപൊക്കി നോക്കി.

"എന്തിനാ പ്രായശ്ചിത്തം."

"അച്ഛൻ അവരോടു കാണിച്ച ദുഷ്ടത്തരങ്ങൾക്ക്."

അവൾ അതുകേട്ട് തലതാഴ്ത്തിക്കൊണ്ടു പറഞ്ഞു.

"അതും ശരിയാ..."

കാർത്തികേയൻ എഴുന്നേറ്റുകൊണ്ടു പറഞ്ഞു.

"ഞാനും മുരുകൈയനും പോയിട്ട് വരാം... വേറെ ആരും വരണ്ട ആവശ്യമില്ല."

നളിനിക്ക് അതു കേട്ടിട്ട് തൃപ്തിയില്ലെന്ന് സരോജിനിക്കു മനസ്സിലായി. കാർത്തികേയൻ ഏതായാലും പോകാൻ തീരുമാനിച്ചതുകൊണ്ട് താൻ ഇക്കാര്യത്തിൽ ഇടപെടണ്ടാ എന്നു കരുതി ഒന്നും പറഞ്ഞില്ല.

"എന്തിനാ... നിങ്ങളെന്തിനാ ഇപ്പം പോണത്"

കാർത്തികേയൻ പുറത്തേക്കു നടക്കുന്നതിനിടയിൽ നളിനി പറയുന്നതു കേട്ടു.

"എന്തോ. അവിടം വരെ പോയിട്ടു വരണമെന്നൊരു തോന്നൽ... പോയാ അമ്മയ്ക്കും തൃപ്തിയാകും..."

"അതിന് അവരൊന്നും വാ തുറന്നു പറഞ്ഞില്ലല്ലോ..."

"കൂടുതൽ പറയാത്തതുകൊണ്ടാ പോയിട്ടുവരണമെന്നു തോന്നിയത്..."

സരോജിനി ഇതെല്ലാം ശ്രദ്ധിച്ചു കേൾക്കുന്നത് അരുണ കണ്ടു.

സരോജിനി എഴുന്നേറ്റിരുന്നു. മനസ്സ് തെന്നി മാറുന്ന പോലെ.

അരുണയെ അടുത്തിരുത്തി അവളുടെ കൈയിൽ വാത്സല്യത്തോടെ തടവിക്കൊണ്ടു പറഞ്ഞു.

"ഇതു നോക്ക്... നീ വെറുതേ ഇരുന്നു വെഷമിക്കണ്ട. നീയും കൂടി ചെന്നില്ലെങ്കിൽ മല്ലിക വിഷമിക്കും... ചെല്ലാമെന്നു പറഞ്ഞതല്ലേ... പോയിട്ടു വാ കണ്ണാ..."

"ഇല്ല. ഞാൻ പോണില്ല..."

"എനിക്കൊരു കൊഴപ്പവുമില്ല... ഞാനിവിടിരുന്നു കുറച്ചു വിശ്രമിക്കട്ടെ... എന്റെ മോളല്ലേ... മുത്തശ്ശി പറയണതു കേക്ക്... നീ പോയിട്ടു വാ..."

മനസ്സില്ലാമനസ്സോടെ അരുണ പോകാൻ സമ്മതിച്ചു. മുത്തശ്ശിയെ കെട്ടിപ്പിടിച്ച് ഉമ്മ വെച്ചുകൊണ്ട് 'ഞാൻ പോയിട്ടു വേഗം വരാം...' എന്നു പറഞ്ഞ് എഴുന്നേറ്റു.

നളിനി ജനലരികിലുള്ള ഈസിചെയറിൽ വെറുതേ കിടന്നു.

കാർത്തികേയനും മുരുകൈയനും മരണവീട്ടിലേക്കു പോയി കഴിഞ്ഞ ഉടനെ നളിനി വന്ന് ഊണു കഴിക്കാൻ വിളിച്ചു.

"എനിക്കിന്ന് ഒന്നും വേണ്ട... വയറ് എന്തോ പോലെ ഇരിക്ക്ണ്..."

"അമ്മയ്ക്ക് ശരീരത്തിനു വല്ല അസുഖവുമുണ്ടോ. എന്തെങ്കിലും വ്യത്യാസം തോന്നുന്നുണ്ടെങ്കിൽ പറയണം. ഡോക്ടറെ വിളിക്കാം."

“ഒന്നും വേണ്ട... അസുഖമൊന്നുമില്ല... പെട്ടെന്ന് മരണവാർത്ത കേട്ട പ്പോൾ ഒരു വല്ലായ്മ വന്നതാ... ആ ദിനകരൻ വളരെ വേണ്ടപ്പെട്ടവനായിരുന്നു. തങ്കം പോലുള്ള സ്വഭാവം. ഏതോ ദുർബുദ്ധിക്ക് നിന്റെ അമ്മായിയച്ഛന് അവരോടു വിരോധം വന്നു. ജംബുലിംഗത്തിന്റെ സ്വാധീനം ഉപയോഗിച്ച് അയാളുടെ കുടുംബത്തെ നാശമാക്കിയതാ... അതിനൊന്നും മറുപടി ചോദിക്കാൻ പോലും നിൽക്കാതെ നാടു വിട്ടോടിപ്പോയി. സംസ്ഥാനം തന്നെ വിട്ടതാ...”

“എന്നിട്ടും അതെല്ലാം മറന്ന് ഇത്രേം വർഷം കഴിഞ്ഞാണെങ്കിലും നമ്മളെ കാണാൻ ആഗ്രഹിച്ചത് അതിശയം തന്നെ.”

നളിനി താത്പര്യത്തോടെ പറഞ്ഞു.

“എനിക്ക് ഉള്ളിൽ കുറെ വർഷമായി കുറ്റബോധമുണ്ട്. ജംബുലിംഗം കാട്ടിയ ക്രൂരതകൊണ്ടുതന്നെ... അതുകൊണ്ടാ ഇന്നാ മരണവാർത്ത കേട്ട പ്പോൾ തളർന്നുപോയത്.”

“അപ്പം ഇവരിപ്പോൾ മരണവീട്ടിലേക്കു പോയതേതായാലും നന്നായി. എനിക്കിത് നേരത്തെ അറിയില്ലായിരുന്നു. അവരു താമസിക്കണ സ്ഥലമറിഞ്ഞുവെച്ചാ ഇനിയും നമുക്ക് ഇടയ്ക്കു പോവാല്ലോ.”

നളിനിയുടെ മാറ്റം അവൾ ശ്രദ്ധിച്ചു.

“അമ്മ ഏതായാലും റെസ്റ്റെടുക്ക്... ഞാൻ ജ്യൂസു കൊണ്ടു വരാം... അരുണ എന്താ ചെയ്യണതെന്നു നോക്കട്ടേ...”

“അവളു മല്ലികയുടെ വീട്ടിലേക്കു പോട്ടേ... പിന്നെ... നളിനി നീ വെറുതെ അവളെയോർത്തു വിഷമിക്കരുത്. എന്റേയും നിന്റേയും കാലമൊന്നുമല്ല. ആൺതുണ ഒന്നു മാത്രമാണ് മുഖ്യമെന്നു വിചാരിക്കണ്ട. ഇപ്പം അമേരിക്കയിൽ പഠിക്കാൻ പോകാൻ അരുണ ഉത്സാഹത്തോടെ ഇരിക്കുവാ... അവൾക്ക് അവളുടെ കാര്യമൊക്കെ ശരിക്കു നോക്കാനറിയാം. അവൾക്കു പിടിച്ച ആരെയെങ്കിലും അവളുതന്നെ ഇനി കണ്ടുപിടിക്കട്ടെ.... എല്ലാം ശരിയാകും... ആ വിശ്വാസം വേണം.”

നളിനിയുടെ മുഖത്ത് ദേഷ്യമില്ല. പകരം അല്പം സന്തോഷം തെളിഞ്ഞു.

“അമ്മ പറയണത് ശരിയാണെന്ന് എനിക്കും ഇന്നു കാലത്തെ മുതൽ തോന്നണുണ്ട്.”

നളിനി പോയതിനുശേഷവും വെറുതേ ഓരോന്നാലോചിച്ചു കിടന്നു. ഇടയ്ക്ക് ഒന്നു മയങ്ങിയോ...

ആകാശം ഇരുണ്ടു തുടങ്ങി.

"ഇനിയും അവരു തിരിച്ചു വന്നില്ലേ" എന്നു ചോദിച്ചുകൊണ്ട് സരോജിനി അരുണയ്ക്കൊപ്പം പുറത്തെ വരാന്തയിൽ വന്നിരുന്നു.

"അമ്മ ഇതുവരെ ഒന്നും കഴിച്ചില്ലല്ലോ" എന്നു പറഞ്ഞ് നളിനിയും എത്തി.

രാത്രി ഏഴര മണിയായപ്പോഴാണ് കാർത്തികേയനും മുരുകൈയനും തിരികെ എത്തിയത്.

തോട്ടത്തിലെ പൈപ്പിൽ കാലു കഴുകികൊണ്ട് കാർത്തികേയൻ അടുത്തേക്കു വന്നു.

"എന്താ ഇത്രേം സമയം" എന്നു നളിനി ചോദിച്ചതു ശ്രദ്ധിക്കാതെ കാർത്തികേയൻ അമ്മയെ ആശ്വസിപ്പിക്കുന്ന പോലെ പറഞ്ഞു.

"അവരടെ ചെറുമകൻ ഈ സമയം നോക്കി മരത്തേന്നു വീണ് കൈയൊടിച്ചു. അവന്റെ അച്ഛൻ അതിനേം വലിച്ചെടുത്തോണ്ട് ആശുപത്രിയിലേയ്ക്കോടി. കൊള്ളിവെയ്ക്കാൻ സമയമായപ്പോൾ ആണുങ്ങളാരുമില്ല. ഒടുവിൽ ഞാനതെല്ലാം ചെയ്യേണ്ടി വന്നു. അന്ത്യകർമ്മം ചെയ്തു കൊള്ളി വെച്ചു..."

എടുത്തെറിഞ്ഞതുപോലെ തോന്നി സരോജിനിക്ക്. മിന്നൽ പോലെ സന്തോഷം അവളുടെ കണ്ണുകളിൽ ജ്വലിച്ചു. അവൾ സന്തോഷവും സങ്കടവും നിയന്ത്രിക്കാനാവാതെ മകനെ നോക്കി.

"ഞാൻ ചെയ്തതു ശരിയാണോ അമ്മേ."

സരോജിനി വിറയ്ക്കുന്ന കൈകൾ നീട്ടി മകന്റെ കൈകളിൽ മുറുകെ പിടിച്ചു.

"വളരെ നല്ല കാര്യം... ശരിയായ കാര്യം..."

സന്തോഷത്തോടെ സരോജിനി രണ്ടു വട്ടം അതു പറഞ്ഞു.

അതുകേട്ട് അരുണ സരോജിനിയുടെ തോളിൽ കൈവെച്ചുകൊണ്ടു കരഞ്ഞു. ആ കരച്ചിലിൽ ഒരാഗ്രഹവും ഏതോ വാർത്തയും തെളിയുന്ന പോലെ...

സരോജിനി പെട്ടെന്നു തന്റെ മനസ്സിന്റെ ജാലകങ്ങൾ അടച്ചു.

■

www.ingramcontent.com/pod-product-compliance
Lightning Source LLC
LaVergne TN
LVHW041610070526
838199LV00052B/3066
* 9 7 8 9 3 8 0 8 8 4 5 2 3 *